வண்டிக்காரன் மகன்

கா. ந. அண்ணாதுரை

Title: Vandikkaran Magan

Author: C. N. Annadurai

Language: Tamil

First Published on: 1966

Year of Publication: 2024

Book Format: Paperback

*Page Size: 6inch * 9inch*

Category: Fiction

Subject: Short Novel

No. of pages: 56

ISBN: 978-81-988159-5-8

Published by: Nilan Publishers, Madurai, Tamilnadu, India

பொருளடக்கம்

குறிப்புகளுக்காக

வண்டிக்காரன் மகன்

பகுதி: 1

ஆப்பக்கடை அன்னம்மாளிடம் அச்சம் கொள்ளாதவர்கள் அவலூரில் யாரும் இருக்கமுடியாது. அவ்வளவு துணிச்சல். யாரையும் ஒரு பொருட்டாக மதிக்காத சுபாவம்.

அப்படிப்பட்ட அன்னம்மாள் சோகமுற்று இருப்பது என்றால், ஏதோ பெரிய விபரீதம் நேரிட்டுவிட்டது என்றுதானே பொருள்.

விபரீதம்தான் நேரிட்டுவிட்டது. தன் மகள் காவேரியின் ஜாதகத்தைக் கேட்க அருணகிரி வருவான் வருவான் என்று எத்தனை நாட்களாகக் காத்துக் கிடப்பது. வரவேயில்லை.

அத்தே! என்று குளிர்ச்சியாகக் கூப்பிடுவான் சொக்கலிங்கம் என்று காத்திருந்தாள்; நடக்கவில்லை. கோபம் தலைக்கேறிவிட்டிருந்தது.

அந்த இருவரையும் ஒருபிடி பிடிக்க வேண்டியதுதான் என்று தீர்மானித்தாள். ஆனால் காவேரி? கண்ணீர் வடிக்கிறாள்! கிணறு குட்டை அகப்படாமலா போகும் என்கிறாள். நீ வீண் சண்டை போட்டுப் போட்டு நல்லவர்களையும் விரோதிகளாக்கி விடுகிறாய் என்று குற்றம் சாட்டியே பேசுகிறாள்.

பக்குவமாகப் பேசிக் காரியத்தை முடிப்பதற்குத் துப்பு இல்லாமல், கடும் கோபத்தைக் கக்கிக் கிடப்பது எதற்கு என்று

கேட்கிறாள். நான் கன்னியாகவே காலந் தள்ளுவேன் என்கிறாள்.

“நான் பெத்த பெண்ணே என்னைக் கெட்டவள், பக்குவம் தெரியாதவள் என்று பேசுவதையும் கேட்டுக் கொள்ளும் காலம் வந்துவிட்டதே” என்று நினைத்து அன்னம்மாள் சோகமாக இருந்தாள்.

பக்குவமாகத்தான் பேசிப் பார்ப்போமே என்ற முடிவுக்கு வந்த அன்னம், சொக்கலிங்கத்தை எதிர்பார்த்துக் கொண்டு புளியங்குட்டை அருகே நின்று கொண்டிருந்தாள்.

சொக்கலிங்கம் வழக்கமாக அந்த வழியாக டேவிட் வீட்டுக்குச் சைக்கிளில் போவது அன்னம்மாளுக்குத் தெரியும்.

சைக்கிள் மணிச்சத்தம் கேட்டது. சோகத்தை மறைத்துக் கொண்டு புன்சிரிப்பை வரவழைத்துக்கொண்டாள். அன்னம்மாளைக் கண்டதும் சொக்கலிங்கம் சைக்கிளை நிறுத்திவிட்டுக் கீழே இறங்கினான். பக்குவமாகப் பேசத் தொடங்கினாள்.

“தொரே உம்பேர்லே இம்மா ஆசையா இருக்கறாரே, அவரோட சொல்லி ஏதாச்சும் ஒரு நல்ல வேலையைத் தேடிக்கக் கூடாதாடா தம்பி இன்னும் எவ்வளவுன்னுதான் படிப்பே...”

“என்னோட மாமனார்கூட அதுபோலத்தான் சொல்றாரு... ஆனா எனக்குப் படிக்கறதுக்குக் குந்தகமில்லாத வேலையா கிடைக்கணும்னு ஆசை...”

“ஏனாம்! நீயும் இந்தத் தொரை மாதிரி எழுதிக்கிட்டே காலத்தை ஓட்டிடப் போறயா... இவருக்குப் பெண்ஜாதி இல்லே...புள்ளைகுட்டி இல்லே... ஒண்டிக்கட்டை... நீ அப்படி இருக்க முடியுமா... இன்னும் எவ்வளவு காலம் காத்துக்கிட்டு இருப்பா உனக்காக...”

“எனக்காகக் காத்துக்கிட்டு இருக்கறாளா... அது எந்தப் பைத்தியக்காரப் புள்ளே..”

“ஏண்டா தம்பி! என் கிட்டவே ஒண்ணும் தெரியாததுபோல நடிக்கறயா... என்னா சொக்குப்பெடி போட்டயோ தெரியல்லே, என் மவளோட கண்ணு உன்னைத்தானே சுத்திச் சுத்தி வளையம் போடுது...காலா காலத்திலே முடியணுமே...”

“இது என்ன விபரீதம். நான் ஒருவிதமான கெட்ட எண்ணமும் இல்லாமத்தான் பழகறேன்... காவேரியும் அது போலத்தான்...”

“அடப்பாவி! என்னா இப்படி ஓர் இடியைத் தூக்கிப் போடறே... அந்தப் பொண்ணு உன்னைப் பார்க்கற பார்வையும் பேசற பேச்சும் சிரிக்கிற சிரிப்பும் ஊரே தெரிஞ்சிக்கிட்டிருக்குது தொரெக்கே கூடத் தெரியும்... அப்படித்தான் நான் எண்ணிக்கிட்டு இருக்கறேன்...”

“ரொம்ப தப்பு... நான் அந்த விதமான பேச்சே பேசினது கிடையாது... சத்தியமா...”

“பேசணுமா... ஏண்டா! ஒரு வயசுப் பொண்ணை எதிரே உட்கார வைச்சிகிட்டு இளிச்சிக்கிட்டு இருக்கறயே, என்னமோ சித்திரம் தீட்டறேன்னு... அது எதுக்காம்...”

"காவேரியோட அழகு அக்கா! என்னைப் படம் போடச் சொல்லுது..."

"சொல்லுண்டா சொல்லும்.. உன் கண் அழகு யாருக்கு உண்டு... உன் கன்னம் மாம்பழம், உடம்பு தங்கம்னு இன்னும் என்னென்ன இழவோ பேசி அந்தப் பெண்ணோட மனசை மயக்கிவிட்டு, இப்ப இப்படிச் சொல்றயே... நியாயமா... சொக்கலிங்கம்! நான் இப்பத்தான் கேட்கறேன். வெட்கத்தை விட்டே கேட்கறேன். என் மகளைக் கட்டிக்கொள்ள கசக்குதா.. ஆப்பரிக்காரி பொண்ணுன்னு சொல்லுவாங்களேன்னு தோணுதா நாலு எழுத்துப் படிச்சதாலலேயே என்னைப் பாத்தா கேவலமாத் தோணுதா..."

"அப்படிப்பட்ட எண்ணமெல்லாம் எனக்குக் கிடையாது. நான் மட்டும் என்ன பெரிய மிராசுதாரன் பிள்ளையா... வண்டிக்காரன் மகன்தான்... நான் காவேரியைக் கட்டிக்கொள்ள முடியாதுன்னு சொல்றதுக்குக் காரணம், நீ நினைக்கிற மாதிரியெல்லாம் இல்லே... எனக்குக் கல்யாணம் கார்த்தியெல்லாம் இப்போது கிடையாது. எங்க அப்பா படுகிற கஷ்டத்தைப்போக்கியாகணும், முதலிலே. காலம் முழுவதுமா வண்டிக்காரராக இருப்பது... நான் ஒரு பிள்ளை பொறந்துதான் என்ன பயன்."

"எனக்கு இந்தச் சமாதானமெல்லாம் தேவையில்லே. நானும் காவேரியும் கோலார் பட்டணம் போறோம், அவளோட பெரியம்மா வீட்டுக்கு. மூணு மாதத்திலே வந்து சேருவோம். அதுக்குள்ளே ஒரு முடிவுக்கு வந்தாகணும்; இல்லையானா நான் தொரே கிட்டவே சொல்லிடுவேன்..."

அப்போது ஓர் ஆள் ஓடிவந்து "சொக்கலிங்கம்! ஓடியா, ஓடியா... உன் மாமனுக்கு மாரடிச்சுட்டுது... கீழே விழுந்துட்டாரு..." என்று கூவினான்.

ஓடோடிச் சென்ற சொக்கலிங்கம், தன் மாமன் மார்வலியால் துடிப்பதையும், பக்கத்திலிருந்து கொண்டு டேவிட் துரை ஏதோ மருந்து கொடுத்துக் கொண்டிருப்பதையும் பார்த்துப் பதறிப் போனான்.

டேவிட் துரை, கீழ் நாடுகள் பற்றிய ஆராய்ச்சியில் ஈடுபட்டிருந்த ஒரு பேரறிவாளர்; தங்கமான மனமுடையவர்; அவரும் அருணகிரியைப் போலவே மணமாகாதவர்.

அருணகிரி அவரிடம் வேலைக்கு அமர்ந்து முப்பது ஆண்டுகளாகிவிட்டன. ஒரு நாளாகிலும் முகம் சுளித்துக் கொண்டதில்லை. ஒரு பேதமும் காட்டாமல், தமது பங்களாவின் பின்புற விடுதியிலேயே அருணகிரியை இருந்துவரச் செய்தார்.

டேவிட் துரையுடைய வீட்டு விவகாரம் முழுவதையும் கவனித்துக்கொண்டு வந்தான் அருணகிரி. ஒவ்வொரு வேலைக்கும் ஒவ்வோர் ஆள் இருந்தனர் – தோட்ட வேலைக்கு – சமையலுக்கு – கணக்கு எழுத – ஆனால் எல்லாவற்றையும் மேற்பார்வை பார்த்துக்கொள்ள அருணகிரிதான். எதையும் அருணகிரியிடம் சொல்லித்தான் செய்து கொள்ளவேண்டும்-; அவ்வளவு நாணயமாக நடந்து வந்தான்.

அருணகிரி துடிப்பது கண்டு, கதறிய சொக்கலிங்கத்தை டேவிட் சமாதானப்படுத்திக்கொண்டே, தன் கண்களையும் துடைத்துக்கொண்டார்.

இனி இவனை அவனுடைய அப்பனிடம் சேர்த்து விட வேண்டியதுதான்.. என் காலம் முடிந்துவிட்டது...சார்! இவனுக்கு ஒரு நல்ல வேலை கிடைக்க உங்களோட

உதவிதான்... வேறே யார்.... எனக்குத் தெய்வம்போல நீங்கதான்'' என்று மிகுந்த கஷ்டத்துடன் பேசிய அருணகிரியை டேவிட் சமாதானப்படுத்தியபடி இருந்தார்.

சொக்கலிங்கத்தின் தகப்பனாருக்குக் கடிதம் போடப்பட்டது; அவரும் வந்து சேர்ந்தார்.

''சடையப்பா! நாம் எவ்வளவு முயன்றாலும் இனி அருணகிரியைக் காப்பாற்ற முடியாது. டாக்டர் சொல்லிவிட்டார். மனத்தைத் திடப்படுத்திக்கொள்ள வேண்டியதுதான்.''

''என் மகன் சொக்கன் பிறந்தானே தவிர, ஐயா! அருணகிரியோட மகனாகத்தான் வளர்ந்து வந்தான். வருஷத்துக்கு ஒரு தடவையோ, இரண்டு வருஷத்துக்கு ஒரு தடவையோ, வந்து பார்த்துவிட்டுப் போகிறோமே, அது தவிர மற்றபடி எங்களோட தொடர்பே அவனுக்குக் கிடையாது. சொக்கலிங்கத்தை இவ்வளவு நல்லபடியாக வளர்த்த புண்ணியமூர்த்தி அருணகிரி... அவனோட உதவி கிடைத்திராவிட்டா, என் மகன் கூலிக்காரனாத்தான் ஆகியிருப்பான்.

''சடையப்பா! உன் மகன் நல்ல படிப்பாளி... அவனாலே உன் குடும்பம் கட்டாயம் நல்ல நிலை அடையும். என்னோட இருந்துவிடச் சம்மதமானாலும் சரி... இல்லே, வேறே எங்கேயாவது வேலைக்குப்போக விருப்பம் இருந்தாலும் சரி, அதற்கு ஏற்பாடு செய்கிறேன். அது என் பொறுப்பு.'' அருணகிரி சில தினங்களில் கண்களை மூடிவிட்டான்.

டேவிட் சொக்கலிங்கத்தைக் கேட்டார், என்னுடன் இருந்து விடுகிறாயா என்று. அவனுக்கு அதிலே விருப்பம் என்றாலும், அந்த ஊரில் இருந்தால் ஆப்பக் கடை அன்னத்தினால்

பெருத்த தொல்லை விளையும் என்ற பயம் அவனை அந்த இடத்தை விட்டுச் சென்று விடவேண்டும் என்று தூண்டிவிட்டது.

பல ஆண்டுகளாகப் பிரிந்து இருந்தாலும், தகப்பனாரிடம் பாசம் இல்லாமல் போகுமா. அதிலும் அவர் வாழ்ந்து கெட்டவர் என்பதையும், இப்போது வண்டிக்காரராக இருந்து வருகிறார் என்பதையும் எண்ணும்போது, இனி அவருடன் வாழ்ந்து வரவேண்டும், தான் ஏதாவது வேலை தேடி அவரை நிம்மதியாக வாழ வைக்க வேண்டும் என்ற ஆவல் அதிகமாகி விட்டது.

"இனியாகிலும் மகன் வீட்டோடு வந்து சேரட்டுமே.. உள்ளதைக் கொண்டு குடும்பத்தை நடத்த முடியாதா... அவன் ஒருவன் வந்து சேருவதாலா, நமக்குப் பளுவு ஏறப்போகுது" என்று சொல்லும்போதே தன் தாயாரின் கண்கள் குளமானதையும் கண்டான். தகப்பனாருடன் ஊர் சென்று விடுவது என்று உறுதி பலப்பட்டுவிட்டது.

டேவிட் தடுக்கவில்லை. நீ முன்னுக்கு வரவேண்டியவன், இங்கே அடைபட்டுக் கிடக்கத்தான் கூடாது. நான் கொடுக்கும் சிபாரிசுக் கடிதம் போதும். உனக்கு எங்கேயும் நல்ல வேலை கிடைக்கும். கணக்குத் துறையில் மேலும் படித்துப் பயிற்சி பெற்றால், ஏதாவது பெரிய கம்பெனிகளில் வேலை கிடைக்கும். என்று டேவிட் உற்சாகமூட்டினார்.

அவருடைய சிபாரிசுக் கடிதத்தையும் வாழ்த்துகளையும் பெற்றுக்கொண்டு, ஊர் திரும்ப ஏற்பாடு செய்து கொண்டனர்.

* * *

இரவு, சடையப்பன், தயங்கித் தயங்கி மகனிடம் பேசலானான்.

“சொக்கலிங்கம்! நீ இவ்வளவு காலமாக எவ்வளவோ நல்லபடியாக வாழ்ந்து வந்தாய், உன் மாமன் தயவால். அறிவாளிகளோடு பழகி வந்தாய். நாம் இனிப் போக வேண்டிய இடமோ, ஜெமீன். அட்டகாசமும் ஆணவமும் நிரம்பிய இடம்! ஜெமீன்தார் ஜம்புலிங்கபூபதி கொடியவர் அல்லர்; ஆனால் ஜெமீன்தாரருக்கு இருக்கவேண்டிய முடுக்கு, கண்டிப்பு எல்லாம் நிரம்பியவர். எனக்கோ அங்கு என்ன வேலை தெரியுமல்லவா...”

“மாமா இரண்டொரு முறை சொல்லியிருக்கிறாரப்பா”

“வண்டிக்காரன்! குதிரை கொட்டிலுக்குப் பக்கத்திலே குடிசை! அங்குதான் நீயும் வந்திருக்க வேண்டும். அந்தக் கேவலமான இடத்திலே நீ இருக்கக் கூடாது என்பதற்காகத்தானடா மகனே! பெற்ற பாசத்தை எல்லாம் அவளும் நானும் அடக்கிக் கொண்டு இவ்வளவு காலம் உன்னைப் பிரிந்துஇருந்தோம். இப்போது உன்னை அந்த நரகத்துக்கு அல்லவா அழைத்துப் போக வேண்டி இருக்கிறது.”

“நீங்கள் அங்கே இருக்கும்போது நான் மட்டும் இருக்கக் கூடாதா அப்பா! மேலும் எனக்கு ஒரு வேலை கிடைக்கிற வரையில்தானே இந்தக் கஷ்டமெல்லாம். பிறகு நீங்கள் எதற்காக வண்டிக்காரராக இருக்கவேண்டும், குடும்பத்தைக் காப்பாற்ற நான் எந்தப் பாடுபடவும் தயாராக இருக்கிறேனப்பா. வேலையும் கிடைத்துவிடும், டேவிட் கொடுத்துள்ள சிபாரிசு போதும் நமக்கு...”

“வேலை தயாராக இருக்கிறது மகனே! கௌரவமான வேலை. ஜெமீனிலேயே!”

“பழம் நழுவிப் பாலில் விழுந்தது போலாயிற்று.”

“அப்படிச் சொல்வதற்கில்லை அப்பா! ஜெமீன்தாரர் தமது பேரப்பிள்ளைகளுக்கு, படிப்பு சொல்லிக்கொடுக்க ஒரு வாத்தியார் தேடுகிறார். படித்திருந்தால் மட்டும் போதாது, வெள்ளைக்காரரிடம் இருந்த அனுபவம் வேண்டும் என்கிறார். சம்பளம் கேட்ட அளவு. ஜெமீன் மாளிகையிலே தங்கி இருந்து, குழந்தைகளைக் கவனித்துக் கொள்ளவேண்டும்.”

“எனக்கு மிகவும் பிடித்தமான வேலை அப்பா அது, ஏனென்றால் நான் மேலும் படித்துக் கொள்ள வசதியாக இருக்கும்...”

“அது மட்டுமா... ஜெமீன் மாளிகையில் இருந்து வந்தால், வேறு பெரிய பெரிய வேலைகள் கிடைக்கவும் வழி சுலபத்திலே கிடைக்கும்.”

“மகிழ்ச்சியாகச் சொல்ல வேண்டிய இந்த விஷயத்தை ஏனப்பா சோகத்துடன் சொல்லுகிறீர்.”

“சோகமா... வேதனையே அல்லவாபடுகிறேன்... இத்தனை காலமாகத்தான் பிரிந்திருந்தோமே இனி ஒன்றாக இருந்து வரலாம் என்று எவ்வளவோ ஆசை, எனக்கும் உன் தாயாருக்கும்.”

“ஜெமீனில் வேலை கிடைத்துவிடும் என்கிறபோது அந்த ஆசை நிறைவேறுகிறது என்றுதானே அப்பா பொருள்.”

“இல்லையடா மகனே! இல்லை. ஜெமீன் குழந்தைகளுக்கு வாத்தியாராக நீ அமர்ந்திட வேண்டுமானால் எங்களோடு

இருக்க முடியாது... என் மகன் என்று கூடச் சொல்லிக் கொள்ளக் கூடாது...''

''இது என்ன விபரீதப் பேச்சப்பா... ஜெமீன்தாரர் இதுபோல ஒரு நிபந்தனையா போட்டிருக்கிறார்.''

''இல்லை. நான்தான் நிபந்தனை போடுகிறேன். நிலைமை அப்படி. எனக்கு ஒரு மகன் இருக்கிறான் என்பதுகூட ஜெமீன்தாருக்குத் தெரியாது. சொல்லவில்லை. தெரிந்தால், உன்னை வேலைக்கு வைத்துக்கொள்ள மாட்டார் – நம்ம வண்டிக்காரனோட மகன் ஜெமீன் குழந்தைகளுக்கு வாத்தியாரா? கேவலம் கேவலம் என்று கூறுவார். அவருடைய சுபாவம் அப்படிப்பட்டது. அதனால் நீ என் மகன் என்பது தெரியவே கூடாது. அப்போதுதான் ஜெமீன் மாளிகையிலே உனக்கு அந்த வேலை கிடைக்கும்.''

சொக்கலிங்கம் அதிர்ச்சி அடைந்துவிட்டான் இந்த நிபந்தனையைக் கேட்டு. இதற்கு நான் சம்மதிக்கவே முடியாது, வேண்டுமென்றால் வேறு வேலை தேடிக் கொள்ளலாம், நீங்கள் என்னோடு வந்துவிடலாம்; என்று கண்டிப்பாகச் சொல்லிவிட்டான்.

சடையப்பன் துளியும் கோபித்துக் கொள்ளவில்லை; முகத்திலே துக்கம்தான் தோய்ந்திருந்தது.

மறுபடியும் மறுபடியும் அதனையே வலியுறுத்தலானான். அவனுடைய தழுதழுத்த குரலைக் கேட்டு சொக்கலிங்கம் உருகிவிட்டான்.

இத்தனை வருஷங்கள் எங்களைப் பிரிந்து இருந்து வந்தாய். இன்னும் ஓர் இரண்டு மூன்று வருஷம் இருக்கக் கூடாதா அப்பா! என்று கேட்டு விட்டுச் சடையப்பன் கண்களைக்

கசக்கிக்கொண்டது கண்டு, சொக்கலிங்கம் திடுக்கிட்டுப்போனான்.

“பிரிந்து இருப்பதைக் காட்டிலும் கொடுமையை அல்லவா அப்பா அனுபவிக்கச் சொல்லுகிறீர்கள். நீங்கள் என் அருகிலேயே இருப்பீர்கள்; ஆனால் இவர் என் அப்பா என்று நான் சொல்லக்கூடாது என்கிறீரே... தட்டு நிறைய தித்திப்புப் பண்டம் அடுக்கி எதிரே வைத்துவிட்டு, சாப்பிடக்கூடாது, பார்த்துக் கொண்டு மட்டுந்தான் இருக்கலாம் என்கிறீர்களே!”

“பத்தியம் இருக்கச் சொல்கிறேன் மகனே! நாம் நோயாளிகள்; தரித்திரம் என்ற நோய்! கேவலமான வேலையைச் செய்து வருகிறேன். வண்டி ஓட்டிவிட்டு வீட்டுக்குப் போய் இருக்கும் வேலை கூட அல்லடா மகனே! குதிரைகளோடு குதிரையாக இருக்கிறேன். அவள்தானடா மகனே! குதிரை கட்டியுள்ள இடத்தைச் சுத்தம் செய்பவள்; உன் தாயார்! நீயே சொல்லு இந்த நிலைமையில் உள்ள எனக்கு நீ மகன் என்று தெரிந்தால், ஜெமீன்தாரர் உன்னை மனம் ஒப்பித் தமது பேரக்குழந்தைகளுக்குப் பாடம் சொல்லிக் கொடுக்கச் சொல்லுவாரா! சீமான்கள் வருகிற இடம்! பெரிய பெரிய அதிகாரிகளுடைய பழக்கம். துரைமார்களின் கம்பெனியில் தொடர்பு. உள்ளபடி பெரிய இடம். நாகரிகம் மிகுந்த மாளிகை. அங்கு ஒரு வண்டிக்காரன் மகன், உள்கூடம் கூடப்போக முடியாது, அவர் விரும்புவதோ, மாளிகையில் இருந்துகொண்டு, ஜெமீன் குடும்பத்தாருடன் ஒன்றாகச் சாப்பிட்டுக்கொண்டு, குழந்தைகளுக்குப் பாடம் சொல்லிக் கொடுக்கும் ஆசிரியர்! டேவிட் துரையிடம் பயிற்சி பெற்றவன் என்ற பட்டத்தை மதிப்பார். நிரம்ப! இவன் படித்திருக்கிறான். ஆனால் இவன் என் மகன்! என்று நான் சொன்னால் என்ன எண்ணிக்கொள்வார். ஆயிரம் படிப்பு இருக்கட்டும்; ஊர் என்ன சொல்லும். ஜெமீன்தாரர் வீட்டுக் குழந்தைகளுக்குப் பாடம் சொல்லிக் கொடுக்க வண்டிக்காரன் மகன்தானா கிடைத்தான் என்றல்லவா. நம்மாலே அந்தக்

கேவலத்தைத் தாங்கிக் கொள்ள முடியாது என்று கண்டிப்பாகச் சொல்லிவிடுவார்."

"அப்பா! நான் நாலு எழுத்து கற்றுக்கொண்டதே உன்னை மகிழ்விக்க. உனக்கு மதிப்புத் தேடிக் கொடுக்க என் மகனைச் சாதாரணமாக எண்ணிக் கொள்ளாதீர்கள். அவன் படித்தவன், மற்றவர்களுக்குப் படிப்பு சொல்லிக் கொடுப்பவன், நம்முடைய தமிழ் மட்டுமல்ல, ஆங்கில பாஷை அறிந்தவன், ஆங்கிலேயர்களே அவன் திறமையைப் பாராட்டுகிறார்கள் என்றெல்லாம் நீ பேசிப் பெருமைப்பட வேண்டும் என்பதற்காகத்தானே. அடிக்கடி மாமா என்னிடம் சொல்லுவார், "சொக்கலிங்கம்! நமது குடும்பம் ஓரளவு நிலபுலத்தோடு கிராமத்திலே மதிப்போடு வாழ்ந்த குடும்பந்தான். வகையில்லாத வாழ்க்கை நடத்தியதாலே சொத்து போய்விட்டது. கிராமத்திலே பெரிய தனக்காரக் குடும்பமாக இருந்த நாம், நொடித்துப் போய்விட்டோம். ஏதோ நான் ஓடி ஆடிப் பாடுபட்டு, நம்ம துரையிடம் வேலைக்கு அமர்ந்தேன். உன் அப்பா, படாத பாடுபட்டுக் கடைசியில்.... சொல்லக்கூட எனக்குக் கூச்சமாக இருக்கிறது. நம்ம நாலூரில் திருவிழாவின்போது அவருக்குத்தான் முதல் மாலை போடுவார்கள். அப்படிப்பட்டவர் இன்று...சொக்கலிங்கம்! நீதான் நமது குடும்பத்தை மறுபடியும் நல்ல நிலைமைக்குக் கொண்டு வரவேண்டும்; நாலுபேர் மதிக்கத்தக்க நிலைமைக்குக் கொண்டுவரவேண்டும் என்றெல்லாம் சொல்லுவார். கேட்டுக்கொண்டிருக்கும்போதே என் கண்களில் நீர் துளிர்க்கும். ஓரளவு படித்தாயிற்று, கணக்கு வழக்குப் பார்க்கத் தெரிந்து கொண்டேன். நல்ல வேலை மட்டும் கிடைத்துவிட்டால், நிம்மதியாக வாழலாம். தலைநிமிர்ந்து நீ நடக்கலாம். என் மகன் உத்தியோகம் பார்க்கிறான் என்று சொல்லிச் சொல்லி மகிழலாம்..."

“உத்தியோகம் நீ பார்க்கவேண்டும் என்பதுதானடா சொக்கு! என் ஆசையும். நான் சொல்லுகிற யோசனையும் அதற்காகத்தான். ஜெமீன்தார் வீட்டுக் குழந்தைகளுக்குப் படிப்புச் சொல்லிக் கொடுக்கும் வேலையிலே நீ சேர்ந்து கொண்டால் போதும், – எந்தப் பெரிய உத்தியோகமும் உனக்குக் கிடைத்துவிடும். அது சாமான்யமான இடமல்ல; வெறும் ஜெமீன் வீடு அல்ல. ஜம்புலிங்க பூபதி துரைமார்களுக்கு ரொம்பவும் வேண்டியவர். எந்தப் பெரியதுரை அந்தப் பக்கத்துக்கு வந்தாலும் பூபதி! பூபதி! என்று இவரைத்தான் சுற்றிச் சுற்றி வட்டமிடுவார்கள். அவர் ஒரு வார்த்தை சொன்னால் போதும் வெள்ளைக்கார சர்க்கார் எந்தப் பெரிய உத்தியோகத்தையும் உனக்குக் கொடுப்பார்கள்...”

“ஜெமீன்தாருடைய தயவு இருந்தால் போதும் என்றுதானே அப்பா சொல்லுகிறாய்; அவரிடம் மனு செய்துகொள்ளலாம். அதற்கு நான் முழுச் சம்மதம் தெரிவிக்கிறேன். பெரிய வேலை கிடைக்கிற வரையில், அவர் வீட்டுக் குழந்தைகளுக்குப் படிப்புச் சொல்லிக் கொடுக்கவும் ஒப்புக்கொள்கிறேன். ஆனால் நீங்கள் போடுகிற மற்றொரு நிபந்தனைதானப்பா என் நெஞ்சிலே நெருப்பை அள்ளிப்போடுவதுபோல இருக்கிறது. எப்படியப்பா மனம் இடம் கொடுக்கும். ஏனப்பா அப்படி மறைந்து வாழவேண்டும். இவர் என் அப்பா என்று சொல்லிக் கொள்வதற்கு நான் ஏனப்பா கூச்சப்படவேண்டும்...”

“தம்பி நீயும் கூச்சப்படமாட்டாய். எனக்கும் நீ அப்பா! அப்பா! என்று கூப்பிடக் கேட்பதைவிட இன்பம் வேறு இருக்க முடியுமா!

பகுதி: 2

என் மகனைப் பார்த்தீர்களா! எவ்வளவு அழகாக இருக்கிறான்; அவன் எவ்வளவு பெரிய அறிவாளி தெரியுமா. ஊர் ஜனங்களெல்லாம் வெள்ளைக்காரத் துரைகளைக் கண்டால் பயந்துகொள்கிறார்களே, என்மகன் அந்தத் துரைகளிடம் எவ்வளவு தாராளமாகப் பழகுகிறான் தெரியுமா என்றெல்லாம் சொல்லிப் பெருமைப்படத்தான் நினைக்கிறாள் உன் அம்மாவும். ஆனால்...''

''ஆனால் என்னப்பா ஆனால்! அம்மா பெருமைப்படுவதிலே என்ன தவறு. எல்லாப் பிள்ளைகுளுமா இன்று என் அளவுக்கு சர்க்கார் பாஷையைப் படித்திருக்கிறார்கள். உத்தியோகம் பார்க்கும் யோக்கியதையைப் பெற்றிருக்கிறார்கள், அம்மாவுக்கு ஆனந்தமாகத்தான் இருக்கும்...''

''அம்மாவும் நானும் ஆனந்தம் அடைய ஒரே வழி நான் சொன்ன வழிதான்...''

''என்ன வழி அது! எந்த மகனும் எவ்வளவு மோசமான குணம் கொண்ட மகனும் செய்யத் துணியாததை நான் செய்யவேண்டும்''

''மகனே! உன் உள்ளம் எனக்குத் தெரியாதா, உன் உத்தமமான குணம் எனக்குத் தெரியாதா! உன்னை என்ன செய்யச் சொல்லுகிறேன் – எதற்காக அதைச் செய்யச் செல்லுகிறேன். நமது குடும்பம் மீண்டும் நல்ல நிலைமையை அடையத்தான்.''

“நான் யார்மகன் என்பதை வெளியே காட்டிக் கொள்ளாமல் உலவச் சொல்கிறீர்களே – உங்கள் கண் முன்னாலேயே – அதைவிடக் கொடுமை வேறு என்னப்பா இருக்கமுடியும்... என்னை வாட்டாதீர்களப்பா..”

“சொக்கலிங்கம்! நான் முறைப்படி தமிழ் படித்தவன் என்பது தெரியுமா உனக்கு; பாடம்கூட சொல்லிக் கொடுத்திருக்கிறேன்; பணத்துக்காகக்கூட அல்லடா மகனே, பொழுது போக்குக்காக! ஜெமீன்தாரிடம் நான் அதைக் காட்டிக் கொள்கிறேனா! சடையா! ஆத்திச்சூடி தெரியுமா உனக்கு என்று கூடக் கேலியாகக் கேட்பார் ஜெமீன்தாரர்; எனக்குங்களா! நான் என்னத்தைக் கண்டேன்!! என்று சொல்லுவேன்.”

“ஏனப்பா! ஏன் மறைக்க வேண்டும். சொன்னால் என்ன, எனக்குத் தமிழிலே நல்ல பயிற்சி உண்டு என்று...”

“சொல்லலாமடா மகனே! சொல்லலாம். நமது குடும்பம் நொடித்துப் போகாமலிருந்தால் சொல்லலாம். ஆனால் நான் போய் ஜெமீன்தாரிடம் தமிழ் இலக்கணமும் இலக்கியமும் தெரியும், அகவல் அருணாசலப் புலவரிடம் ஆறு வருடம் பாடம் கேட்டிருக்கிறேன் என்று சொல்லுவதா?”

“சொன்னால் என்னப்பா என்றுதான் கேட்கிறேன்.”

“சொல்லிவிட்டு, பைத்தியக்காரா! போதும் நீ தமிழ் படித்த பெருமையைப் பற்றிக் கதை அளப்பது, போ! போ! குதிரைகளுக்குத் தண்ணீர் காட்ட வேண்டிய நேரம் இது. அந்த வேலையை ஒழுங்காகச் செய்யாமல், நீ படித்த அகவலின் பெருமைபற்றி அளந்து கொண்டிருக்காதே. இப்போது உனக்குச் சோறு போடுவது உன்னுடைய அகவல் அல்ல; நம்ம குதிரைகள்! என்று சொல்லிவிட்டு இடிஇடியெனச்

சிரிப்பார். மகனே! நான் இப்போது வண்டி ஓட்டி!! வண்டிக்காரனடா, வண்டிக்காரன்!"

"என் அப்பா! என்னைப் பெற்ற பெருமான்! எனக்கு உயிரும் உடலும் உதிரமும் கொடுத்த உத்தமர்."

"அப்படி நீ சொல்லி, நான் கேட்டு மகிழ காலம் வரவில்லை அப்பா! இது அல்ல அந்தக்காலம். நான் வண்டிக்காரன்! நீ புதுவாழ்வு பெறவேண்டியவன்; என் மகன் என்று தெரிந்தால் – வண்டிக்காரன் மகன் என்று தெரிந்தால், உனக்குப் புதுவாழ்வு கிடைக்காது..."

"பயங்கரமூட்டும் பேச்செல்லாம் பேசுகிறீர்களே அப்பா!"

"விவரத்தை வளர்த்திக் கொண்டிருக்க நேரம் இல்லை. உன் மனத்திலே என்னென்ன தோன்றும் என்பதைப் பற்றியெல்லாம் நன்றாக யோசித்துப் பார்த்து, என் மனத்திலே ஏற்பட்ட கொந்தளிப்பையும் அடக்கிக்கொண்டு, அதற்குப் பிறகே நான் இந்த முடிவுக்கு வந்தேன். நீ ஜெமீன் ஜம்புலிங்க பூபதியின் குழந்தைகளுக்குப் பாடம் சொல்லிக் கொடுக்கும் வேலையிலே சேர்ந்துவிடவேண்டும். அவர்கள் எதிர்பார்க்கும் யோக்யதாம்சம் அவ்வளவும் உன்னிடம் இருக்கிறது. உன்னிடம் உள்ள ஒன்றே ஒன்றுதான், உனக்கும் வேலைக்கும் நடுவே நிற்கிறது, தடைக்கல்லாக! நீ என் மகன் – வண்டிக்காரன் மகன் என்பதுதான் குறுக்கே நிற்கிறது. வண்டிக்காரனுடைய மகனை, ஜெமீன் பிள்ளைகளுக்குப் பாடம் சொல்லிக்கொடுக்கும் வேலைக்கு வைத்துக் கொள்ளமாட்டார் பூபதி! பிள்ளைகளோடு மாளிகையில் தங்கி இருக்க வேண்டும்! அங்கேயே சாப்பாடு, ஜாகை எல்லாம். எப்போதும் பிள்ளைகளுடன் இருந்து வரவேண்டும். ஜெமீன் குடும்பத்துடன் பழகும் நிலை! அந்த நிலையை மகனே! ஒரு வண்டிக்காரன் மகன் பெறமுடியாது – தரமாட்டார்கள்; ஆனால் நீ அந்த நிலையைப் பெற்றே ஆகவேண்டும். அங்கு இடம் பெற்றுக்கொண்டால், நீ முன்னேறுவதற்கான

படிக்கட்டுகள் வேகமாக அமையும். நல்ல நிலை – மதிப்பான உத்தியோகம் கிடைக்கும் – கண்குளிரக் காணுவேன், தம்பி! நோயைப் போக்கிக் கொள்ள கசப்பான மருந்துகூடச் சாப்பிடவேண்டி வந்துவிடுகிறதல்லவா. அது இது. கண்ணிலே வலி ஏற்பட்டால் அதைப்போக்க ஒரு மருந்து தெளிப்பார்கள் கண்ணில்! எரிச்சல் சொல்லி முடியாது. கண்ணீர் தாரை தாரையாகப் பெருகும். நெருப்புப்பொறி பட்டுவிட்டால் எப்படியோ அப்படி இருக்கும். கண்களே இரத்தச் சிவப்பாகிவிடும். ஆனால் தம்பி! மெல்ல மெல்ல எரிச்சல் அடங்கும், சிவப்பு மாறும், மருந்து வேலை செய்யும், கண்வலி போய்விடும், பார்வை முன்பு இருந்ததைவிட நன்றாக ஆகிவிடும். அப்படிப்பட்ட மருந்துத் துளிகளைத் தெளித்துக் கொண்டாக வேண்டும், நீயும் நானும், உன் அம்மாவும்!''

''மருந்துத் துளிகள் அல்ல அப்பா! நெருப்புப் பொறிகள்!''

* * *

கடைசியில் சொக்கலிங்கம் சம்மதம் தெரிவித்தான், கண்ணீரைத் துடைத்துக்கொண்டு.

''கொஞ்ச காலம்! கொஞ்ச காலம்! வேறு ஒரு பெரிய வேலை கிடைக்கிற வரையில்!! என்று சமாதானம் கூறிவிட்டு, சடையப்பனும் சொர்ணமும் ஊர் புறப்பட்டார்கள், சொக்கலிங்கத்தை இரண்டு நாள் கழித்து ஜெமீன் கிராமம் வரும்படிச் சொல்லிவிட்டு.

டேவிட், சொக்கலிங்கம் வேறு ஊர் போவதை முதலில் விரும்பவில்லை என்றாலும், சீக்கிரமாகவே சீமைக்கு வரும்படி அவருக்கு ஆராய்ச்சிக் கழகம் தெரிவித்திருந்த கடிதம் கிடைத்

தும், சொக்கலிங்கம் தன் தகப்பனாருடன் போய் வாழ்ந்து வருவதுதான் முறை என்ற முடிவுக்கு வந்தார்.

பொதுவான சிபாரிசுக் கடிதத்துடன், குறிப்பாக ஜெமீன்தாரர் ஜம்புலிங்க பூபதிக்கே ஒரு தனியான சிபாரிசுக் கடிதமும் வாங்கிக்கொண்டு, சொக்கலிங்கம், ஜெமீன் மாளிகை நோக்கிச் சென்றான்.

* * *

அவன் படாடோபமற்ற ஆனால் நாகரிமான உடை உடுத்திக்கொண்டு ஜெமீன் மாளிகைக்குள்ளே நுழையும்போது, சடையப்பன் விலை மிகுந்த ஒரு குதிரையை வெளியே உலாவ அழைத்துச் செல்வதைக் கண்டான். நெஞ்சு பகீரென்று ஆகிவிட்டது. ஓடிச்சென்று அவர் காலில் விழ வேண்டியது போலத் தோன்றிற்று. அப்பா! அப்பா! என்ற சொல் வேக வேகமாகக் கிளம்பிற்று; சடையப்பன் பார்த்த பார்வையால், வார்த்தைகள் வெளியே வரவில்லை. சொக்கலிங்கத்தைப் பார்க்காதவனைப் போலச் சடையப்பன் வெளியே சென்றான்.

ஜெமீன்தாரர் ஜம்புலிங்க பூபதி, மிகுந்த செல்வாக்குப் படைத்தவர், ஆங்கில அரசுடன் உறவு கொண்டாலன்றித் தமது ஜெமீன் வாழ்வு நிலைக்காது என்பதை உணர்ந்து நடந்து கொண்டவர்; ஆனால் அதே நேரத்தில், ஜெமீன்தார் என்பதற்கு உரிய மதிப்பு கெடக்கூடாது என்பதிலேயும் கண்ணுங் கருத்துமாக இருந்தவர்.

மற்ற ஜெமீன்தார்களைப்போல, குடிமக்களைக் கசக்கிப் பிழிந்தும் கொள்ளை அடித்தும் பொருள் சேர்த்தால் மட்டுமே போக போக்கியத்தில் மூழ்கி இருக்கலாம் என்ற நிலையில் அவர் இல்லை. ஜெமீன் வருமானத்தைவிட அதிக அளவு

அவர் வியாபாரம் மூலம் பெற்றுக் கொண்டு வந்தார். வெளிநாடுகளுக்கு ஏற்றுமதி செய்யக்கூடிய பண்டங்கள், குறிப்பாகப் புகையிலை, நிலக்கடலை, ஆகியவை அவருடைய ஜெமீனில் போதுமான அளவு இருந்தது. சீமைக்குச் சென்று வியாபாரக் கம்பெனிகளுடன் தொடர்பும் ஏற்படுத்தி வைத்துக் கொண்டிருந்தார்.

விசேஷ தினங்களில் தவிர மற்ற நேரத்தில் ஆங்கில முறை உடுப்புடன்தான் உலவுவார். நவராத்திரி போன்ற சில விசேஷ நாட்களில் மட்டும் ஜெமீன் உடையுடன் உலா வருவார்.

ஜெமீன் மாளிகை, பழைய கம்பீரமான தோற்றத்துடன் இருந்தது. கொடி மரம்! காவலாட்கள் தங்கும் இடம்! வண்டிப் பாட்டை தனியாக! சிறிய கோபுர அமைப்பில் நுழைவு வாயில், அதிலே கலசம்! சித்திரங்கள்! சித்திர வேலைப்பாடுகள்!

உள்ளே முழுக்க முழுக்க ஆங்கிலப் பாணியில், விரிப்புகள், விளக்குகள், இருக்கைகள்.

வேலையாட்கள், ஜெமீன் மரபினைக் காட்டும் தனி உடையுடன் இருந்தனர்.

சடையப்பன்கூட, சாதாரணக் காலத்தில் எப்படி உடை அணிந்திருந்தாலும் ஜெமீன்தார் கிளம்பும்போது, தனி உடை அணிந்து கொண்டுதான் – வண்டியை ஓட்டிச் செல்ல வேண்டும் என்பது ஏற்பாடு.

வண்டி, இவருக்காகவே தனியாகத் தயாரிக்கப்பட்டது – இரட்டைக் குதிரைகள் பூட்டிய சாரட்டு.

தரமான குதிரைகளை வாங்கி வளர்ப்பதில், அலாதியான விருப்பம் ஜெமீன்தாரருக்கு.

கொடுமைக்காரரர் என்ற பெயர் இல்லை; ஆனால் எல்லோரையும் சமமாகப் பாவித்து நடத்துபவர் என்றும் சொல்லிவிட முடியாது.

கட்டிவைத்து அடிப்பது, கொளுத்தி அழிப்பது போன்ற கொடுமைகள் கிடையாது, ஆனால் அவர் எதிரே வருபவர்கள், மேல் துண்டை எடுத்து இடுப்பில் கட்டிக்கொள்ள வேண்டும், மரியாதைக்காக. ஜெமீன் சாரட்டு வருகிறது என்றால், எழுந்து நிற்கவேண்டும். – இப்படிப்பட்ட கட்டு திட்டங்களைக் கண்டிப்புடன் வைத்துக் கொண்டிருந்தார்.

மகன் இல்லாததால், தன் இரண்டு குமாரிகளையும், ஜெமீனை நடத்திச் செல்லக்கூடிய அறிவாற்றல் கிடைக்கும்படிப் பார்த்துக்கொண்டார்.

பெரிய இராஜகுமாரி – இளைய ராஜகுமாரி என்றுதான் ஊரார் அழைப்பார்கள், பெண்களை.

எல்லா விதத்திலும் மிக்க மகிழ்ச்சியாக இருந்து வந்த ஜெமீன்தாரருக்கு ஒரு மனக்குறை ஏற்படுத்தவே பிறந்ததுபோல அவருடைய மருமகன் காளிங்கராயர் விளங்கினார். அவர் பெயரைக் கேட்டாலே ஊராருக்கு நடுக்கம். ஆனால் அவர் ஊரில் இருக்கம் நாட்கள் மிகக் குறைவு. ஊட்டி, கொடைக்கானல், பம்பாய், புனா, பெங்களூர் என்று ஒவ்வொரு சிங்காரபுரியாகச் சுற்றிக்கொண்டிருப்பார்.

* * *

ஜெமீன் மாளிகைக்குள்ளே அனுமதி பெற்று நுழைந்தபோது சொக்கலிங்கத்துக்கு எந்தவிதமான அச்சமும் எழவில்லை. காரணம், ஜெமீன்கள் உண்டான வரலாறு பற்றிப் படித்தறிந்தவன்; ஜெமீன்முறைக்கு எதிர்காலம் கிடையாது என்பது பற்றி டேவிட் தந்த விளக்கத்தைப் பலமுறை கேட்டவன்.

டேவிட் துரை கொடுத்த கடிதத்தை ஜெமீன்தாரரிடம் கொடுத்துவிட்டு, சொக்கலிங்கம் அடக்கத்துடன் நின்று கொண்டிருந்தான்;

அவனுடைய தோற்றமும், கண்களிலே தோன்றிய ஒளியும், முகத்தில் தவழ்ந்த புன்னகையும் ஜெமீன்தாரரை வெகுவாகக் கவர்ந்துவிட்டது. முகமலர்ச்சியுடன் இருந்தார்.

டேவிட் துரையின் கடிதத்தைத் திருப்பித் திருப்பிப் படித்துவிட்டு, ஜெமீன்தாரர், "வரப்போவதைத் தெரிவித்திருந்தால் ரயிலடிக்கு வண்டி அனுப்பி இருப்பேனே... உன் பெயர் சொக்கலிங்கமா... உட்கார் – பரவாயில்லை உட்கார்... கற்றோர்க்குச் சென்ற இடமெல்லாம் சிறப்பு என்பார்களே... நம்ம ஜெமீனில் எப்போதும்அறிவாளர்களுக்கு மதிப்பு உண்டு." என்றார்.

கொடுமைபுரியும் ஜெமீன்தாரர்களைப் பற்றிய கதைகளைப் படித்திருந்த சொக்கலிங்கம். ஜெம்புலிங்க பூபதியின் போக்கைக் கண்டு வியப்படைந்தான். டேவிட் துரையின் சிபாரிசுக் கடிதத்துக்குக் கிடைத்துள்ள மரியாதை இது என்பதையும் உணர்ந்தான்.

"டேவிட் துரை சொல்லுகிற வார்த்தையை நான் தட்டி நடப்பதே இல்லை. அவர்தான் என்னை நம் கவர்னருக்கு அறிமுகம் செய்து வைத்தவர். சிபாரிசு கடிதம் இருக்கும்போது

வேறு எதுவும் தேவையில்லை. நாளைக்கே வேலைக்கு வந்து சேர்ந்துவிடலாம்.''

''மிக்க நன்றி.. இன்று முதலேகூட நான் தயார்தான்... பெட்டி படுக்கையுடன் வந்துவிட்டேன்.''

''அதுவும் நல்லதாயிற்று. இன்று நல்ல நாள்கூட. குழந்தைகள் பக்கத்து ஊர் போயிருக்கிறார்கள்... உமது ஜாகை இங்கேயேதான்... வேலைக்காரன் இடத்தைக் காட்டுவான்... பிள்ளைகளுக்குப் பாடம் சொல்லிக் கொடுப்பது மட்டுமல்ல, உமது வேலை. பிள்ளைகளுக்கு ஒரு பெரிய அண்ணன்போல இருக்கவேண்டும்... எல்லாவற்றையும் கவனித்துக்கொள்ள வேண்டும்...''

''ஜெமீன் குடும்பத்து மதிப்புக்கு ஏற்ற விதமாக குழந்தைகள் வளர என்னாலானதைச் செய்கிறேன்.''

''ஜெமீன் குடும்பத்துச் சுபாவம் குழந்தைகளுக்குத் தன்னாலே வந்துவிடும்... நீங்கள் கற்றுத் தரவேண்டியது மேனாட்டு முறைகளை; நடை உடை பாவனைகளை. இன்னும் சில வருஷங்களிலேயே நான் அவர்களைச் சீமைக்கு அனுப்பப் போகிறேன், அங்கேயே படிக்க... ஜெமீன் குடும்பத்திலே பிறந்தவர்கள் குறைந்தது ஜில்லா கலெக்டர் வேலைக்காவது போனால்தானே மதிப்பு. சீமைப் படிப்பு தேவையாம்... துரைகள் சொல்கிறார்கள்... நீங்கள்கூட ஆங்கிலமுறை உடையிலேயே இருப்பது நல்லது...! குழந்தைகள் பழகும்போதே ஒரு பாடம், கிடைக்கும். ஆங்கிலப்பாட்டு தெரியுமல்லவா, கற்றுக் கொடுக்கவேண்டும். என் சின்னமகள் போனவருஷம் தன் பெரியப்பா வீடு போயிருந்தாள் ஒரு மூன்று மாதம்– பெங்களூர். அங்கு ஆங்கிலேயர் அதிகம் அல்லவா. அங்கு உமா பியானோ வாத்தியம் வாசிக்கக் கூடக் கற்றுக்கொண்டாள்...''

“குழந்தைகள் பெரிய மகளுடைய....”

“ஆமாம், ஆமாம்.... உமாமகேஸ்வரி, லலிதாம்பிகேஸ்வரி என்று எனக்கு இரண்டு பெண்கள்... தாயை இழந்து விட்டார்கள். லலிதாதான் மூத்தவள்; மூன்று குழந்தைகள். உமா; இரண்டாவது பெண்; கன்னி.”

“இருவரும் ஆங்கிலப் படிப்பு படித்தவர்களாகத்தான் இருப்பார்கள்”

“ஓர் ஆங்கிலோ – இந்தியமாது – பள்ளிக்கூட ஆசிரியை – இங்கே தங்கி இருந்து, கற்றுக்கொடுத்தார்கள். எப்போது நாம் ஆங்கிலேயருடைய ஆளுகையின் கீழ் வந்துவிட்டோமோ, அப்போதே நாம் அவர்களுடைய முறைகளை மேற்கொள்ள வேண்டியதுதானே. அப்போதுதானே ஒரு மதிப்பு ஏற்படும். மேலும், நான் வேட்டையாடிக் கொண்டும், விருந்து சாப்பிட்டுக் கொண்டும், பொழுதை ஓட்டுகிற ஜெமீன்தாரன் அல்ல. வியாபாரத் தொடர்புகள் உண்டு. சீமையில் ஒரு பெரிய கம்பெனிக்கு நிலக்கடலை ஏற்றுமதி செய்கிறேன். முத்துச் சிப்பிகளையும் அனுப்பி வைக்கிறேன்.அதனால் ஆங்கிலேயர்கள் தொடர்பு நிறைய உண்டு – நிறையப் பழக்கம். சரி! சரி! நான் பேசிப்பேசி உமக்குச் சலிப்பை உண்டாக்கிவிடக் கூடாது. ஓய்வு எடுத்துக்கொள்ள நினைப்பீர். பிரயாண அலுப்பு இருக்கும் உம்முடைய பெயர் என்ன சொன்னீர்...?”

“சொக்கலிங்கம், நண்பர்கள் சொக்கு என்று செல்லமாக அழைப்பார்கள்...”

“இங்கு உமக்குப் பெயர் லிங்கம்.. நினைவிலே வைத்துக் கொள்ளுங்கள். சொக்கலிங்கம் என்ற பெயர் மீது

எனக்கொன்றும் வெறுப்பு கிடையாது. ஆனால் இங்குச் சமையல் வேலை பார்ப்பவன் பெயர் சொக்கலிங்கம். குழந்தைகள், அவனைச் சொக்கா! சொக்கா! என்று அழைப்பார்கள். உம்முடைய பெயரும் அது போலவே இருந்தால் என்னமோபோல இருக்குமல்லவா, அதனாலே.... குழந்தைகளின் சௌகரியத்துக்காக உமது பெயரைக் கொஞ்சம் வெட்டிவிட்டேன், மிஸ்டர் லிங்கம் இனி உமது அறைக்குச் சென்று ஓய்வு எடுத்துக் கொள்ளலாம். தேவைப்படும் பணத்தை அவ்வப்போது மானேஜரிடம் பெற்றுக் கொள்ளலாம். எனக்கு உங்களை ரொம்பவும் பிடித்துவிட்டது. சில வேளைகளில் என்னோடு உலாவக்கூட வரலாம், வேட்டையாடக் கூடச் செல்லலாம்...''

* * *

மறுநாள் குழந்தைகளுடன், ஜெமீன்தாரருடைய இரண்டு குமாரிகளும் வந்து சேர்ந்தனர். சொக்கலிங்கத்தை ஜெமீன்தார் அவர்களுக்கு அறிமுகப்படுத்தி வைத்தார்.

லலிதாம்பிகேஸ்வரி, உமாமகேஸ்வரி ஆகிய இருவருமே, தங்களை ஊரார் அழைப்பதுபோல இராஜகுமாரி என்று ஆசிரியரும் அழைப்பதை விரும்பவில்லை என்று கூறக்கேட்டு, சொக்கலிங்கம், வியப்படைந்தான்.

குருபக்தி உணர்ச்சியாக இருக்குமோ என்று முதலில் யோசித்தான். ஆனால் ஜெமீன் மாளிகையில் பூஜை செய்ய வருபவரிடம் அவர்கள் எவ்வளவு அலட்சியமாக நடந்து கொள்கிறார்கள் என்பதைப் பார்த்த பிறகு, தன்னிடம் மரியாதையும் அன்பும் காட்டுவதற்குக் காரணம்,டேவிட் துரையிடம் பல வருஷங்கள் பழகியவன் என்பதுதான் என்று தெரியவந்தது.

ஆங்கிலேயர்கள் ஐயாயிரம் மைலுக்கு அப்பால் இருந்து இங்கு வந்து ஆட்சி நடத்துகிறார்கள் என்பதாலேயே, இப்படிப்பட்ட ஜெமீன்கள் ஆங்கிலேயரிடம் மிகுந்த பயபக்தி விசுவாசம் காட்டுகிறார்கள் என்பதும், ஆங்கில அரசினரிடம் மட்டுமல்லாமல், ஆங்கிலப் பிரமுகர்களிடம் நெருங்கிப் பழகியவர்களிடமும் அதிக அளவு மரியாதை காட்டுகிறார்கள் என்பதையும் உணர்ந்தான்;

அந்நியருக்கு அடிமைப்பட்டிருக்கிறோம் என்று வருத்தமும் வெட்கமும் துளியும் அவர்களுக்கு இல்லாததையும், ஆங்கிலேயர்களைப்போலத் தாமும் கோலத்தை ஆக்கிக் கொள்வதிலேயே நாட்டம் கொண்டிருப்பதையும் அறிந்து வருந்தினான்.

ஆங்கில நாட்டு வரலாறு படித்திருந்தால், இவர்கள் இப்படியா இருப்பார்கள்; அடிமைத்தனத்தை ஆங்கில மக்கள் எவ்வளவு வெறுத்திருக்கிறார்கள்; அடிமைத்தனத்தைப் போக்க எவ்வளவு இரத்தம் சிந்தி இருக்கிறார்கள் என்பது தெரிந்தால் இப்படியா இருப்பார்கள் என்றெல்லாம் எண்ணிக் கவலைப்பட்டான்.

சொக்கலிங்கத்திடம் குழந்தைகள் மிகுந்த அன்பு காட்டத் தொடங்கிவிட்டன.

அவன் படிப்பு சொல்லிக்கொடுத்த விதமும், குழந்தைகளுக்கு மிகவும் பிடித்திருந்தன.

காலையில் எழுந்திருப்பது – உடலைச் சுத்தம் செய்து கொள்வது – புதிய உடை உடுத்திக் கொள்வது – உலாவச் செல்வது என்பதிலிருந்து படிப்பு தொடங்கும்.

பல நட்டுப் படங்கள் – வராற்றுச் சித்திரங்கள், ஆகியவற்றைக் காட்டி, குழந்தைகளுக்கு இயற்கையாகவே படிப்பதிலே விருப்பம் ஏற்படும்படியாகச் செய்த நேர்த்தியான முறையைக் கண்டு ஜெமீன்தாரர் வெகுவாகப் பாராட்டினார்.

எவ்வளவோ தடுத்தும், ஜெமீன்தாரர், சொக்கலிங்கத்துக்கு விதவிதமான உடுப்புகளைத் தயாரித்துக் கொடுத்தார்.

உமக்குப் பிடித்தமில்லாமல் இருக்கலாம் மிஸ்டர், லிங்கம்! ஆனால் எங்கள் ஜெமீன் கௌரவம் என்று ஒன்று இருக்கிறது பாருங்கள், அதைக் கெடவிடக் கூடாதே – என்று வேடிக்கையாக ஜெமீன்தாரர் பேசுவார்.

சொக்கலிங்கம், பிள்ளைகளுக்குப் படிப்பு சொல்லிக் கொடுக்க வேலைக்கு அமர்ந்தவராக அங்கு நடத்தப்படவில்லை; ஜெமீன் குடும்பத்தில் ஒருவராகவே மதித்து நடத்தப்பட்டு வந்தார்.

எதிர்பாராத அளவுக்கு வசதியான சூழ்நிலையும், மதிப்பும் கிடைத்தது. அவனைக் கண்டவர்கள் அனைவரும், இப்படி அல்லவா அமையவேண்டும் வாழ்க்கை என்று பேசிக் கொண்டனர். பூந்தோட்டத்தில் உலவுகிறான், புதுமணம் நுகர்கிறான் என்றுதான் எல்லோரும் கருதினர். ஆனால் அவன் பட்ட வேதனை அவனுக்கல்லவா தெரியும்.

கூப்பிடு தூரத்தில் இருக்கிறார்கள் தாயும் தந்தையும், ஆனால் வெளியே சொல்லிக் கொள்ள உரிமை இல்லை. தனக்குக் கிடைத்த வசதியான வாழ்க்கையிலே அவர்களுக்குப் பங்கு அளிக்க உரிமை இல்லை. பேசவே உரிமை இல்லை.

என்ன விலையுயர்ந்த முத்துமாலை மார்பிலே புரளுகிறது என்று ஊரே புகழ்கிறது; ஆனால் அந்த முத்துகள் ஒவ்வொன்றும் மார்பைத் துளைத்துக் கொண்டே

இருக்குமானால், அந்த மாதரசியின் வேதனை எப்படி இருக்கும், பூமணம் நுகருகிறான் என்று ஊரார் பாராட்டுகிறார்கள். ஆனால், ஒவ்வொரு தடவையும் பூநாகம் கடித்தபடி இருந்தால் எப்படி இருக்கும். ஜெமீன் மாளிகைக்கு வருகிறவர்களிடமெல்லாம் ஜெமீன்தாரர் அறிமுகப்படுத்துகிறார். மகிழ்ச்சியுடன் பாராட்டுகிறார். ஆனால் பெற்ற தாயும் தந்தையும்? அவர்கள் குடிசையில் அல்லவா குமுறுகிறார்கள்! மகன் மாளிகையில்! அவர்கள் குதிரைக் கொட்டிலுக்கு அருகே! இதற்கா என்னை மகனாகப் பெற்றார்கள்.

எத்தனை இன்பம் கிடைத்தாலும், குதிரையை அவர் தேய்த்துக் கொண்டிருப்பதை ஒருகணம் பார்த்த உடன், இதயத்தில் ஆயிரம் தேள் அல்லவா கொட்டுகிறது.

பகுதி: 3

அப்பா! வேண்டுமளவு பணம் எடுத்துக்கொள் செலவுக்கு என்கிறார் ஜெமீன்தாரர்! விதவிதமான உடைகள்! வெல்வெட்டு மெத்தை! வகைவகையான உணவு! எல்லாம் எனக்கு! ஆனால் உங்களை நான் எந்தக் கோலத்தில் காண்கிறேன்? எப்படித் தாங்கிக் கொள்ள முடியும். தணலில் நிற்கிறேன்.

எல்லோரும் பாராட்டுகிறார்கள் என்னை. என் காதில் விழும்படி உன்னை ஏசுகிறார்களே! இதனைக் கேட்கவா எனக்குச் செவிகள்!! ஏனப்பா என்னை ஒரு சித்திரவதைக்கு ஆளாக்குகிறீர்கள்.

நீங்கள் வண்டி ஓட்டிக்கொண்டு செல்கிறீர்கள்; நான் அவர்களுடன் உள்ளே உட்கார்ந்து கொண்டு வருகிறேன்! என்ன கொடுமை! என்ன கொடுமை!

அப்பா! நான் இருக்கும் பக்கம்கூட வருவதற்கு உமக்கு அனுமதி இல்லையே... என் எதிரிலேயே கூனிக் குறுகி நிற்கிறீரே, மாளிகைக்கு வருபவர் முன்பு!

எத்தனை முறை துடித்திருக்கிறேன்; இனியும் சகித்துக் கொள்ள முடியாது அப்பா! அப்பா! என்று கூவிக்கொண்டே உன் காலடி விழவேண்டும் அம்மா! அம்மா என்று அழுதுகொண்டே உத்தமியின் பாதத்தை வணங்கவேண்டும் என்று தோன்றுகிறது. முடியவில்லையே! கூடாது என்று கட்டுப்படுத்தி விட்டீர்களே... கிராதகனாக இரு! என்று கட்டளையிடுகிறீர்களே! இதயத்தை வெளியே எடுத்து வீசி விடு, மிருகமாகி விடு! என்று உத்திரவிட்டு விட்டீர்களே.

அப்பா! நான் இங்குப் பாடம் சொல்லிக் கொடுக்கிறேன் குழந்தைளுக்கு, நீங்கள் வணங்க வேண்டிய முதல் தெய்வம் தாய்! – என்று. என் தாய் அங்குத் தலைவிரி கோலமாக நிற்கக் காண்கிறேன்; என்ன ஒரு மாதிரி இருக்கிறீர்கள்; தலைவலியா என்று கேட்டு உபசாரம் செய்கிறார்கள், எனக்கு!

என்னை ஏறெடுத்தும் பார்க்கமாட்டேன் என்கிறீர்களே! நாலுபேர் எதிரிலே என்னைக் கண்டால், வணங்குகிறார்களே, ஐயோ! அதைவிட வேதனை இருக்கமுடியுமா அப்பா!

ஏன் இந்த வேதனை? எத்தனை நாளைக்கு? இவ்வளவு நேசம் காட்டுகிறாரே ஜெமீன்தாரர், இப்போது உண்மையைச் சொன்னால் என்னப்பா!

வெளியே உலவப் போகிறேன் என்றால், ஜெமீன்தாரர், ஏன் அந்தச் சோம்பேறியை வண்டி கொண்டு வரச்சொல்வது தானே, ஏன் நடந்து போகவேண்டும் என்று கேட்கிறார்.

அடப்பாவிகளே! அவர் என் அப்பா! என்னை இவ்வளவு மதிப்பாக நடத்திக்கொண்டு என் அப்பாவை இவ்வளவு கேவலமாக நடத்துகிறீர்களே இது அடுக்குமா? என்று கூவிடத் தோன்றுகிறது, மாளிகை முழுவதும் அந்த ஒலி பரவவேண்டும்; இந்த ஊர் முழுவதும் கேட்கவேண்டும்; குன்றுகளலெல்லாம் பரவவேண்டும்... ஒரு வார்த்தை, ஒரு கை அசைவு, ஒரு கண் சிமிட்டுதல் போதும் அப்பா! ஓடோடி வந்து உம் பாதத்தில் விழுவேன், இந்த ஊர் அறியச் சொல்வேன், இவர் என் அப்பா! இதோ என் தாய்! என்று.

சொக்கலிங்கம் இதுபோலெல்லாம் எண்ணி எண்ணி மிகுந்த வேதனையுற்றான்.

சடையப்பனும் அவன் மனைவியும் தங்கள் மனவேதனை துளியும் வெளியே தெரியாதபடி நடந்து கொண்டார்கள்.

யாரும் காணாதபோது சொக்கலிங்கத்தைத் தொலைவிலிருந்து பார்த்துப் பூரிப்படைவார்கள்.

வேலையாட்கள், அவன் புகழ் பாடக்கேட்டு இன்புறுவார்கள். திரும்பத் திரும்பச் சொல்லிக் கேட்பார்கள்.

எப்படியாவது யாருமறியாமல் தோட்டத்தில் உலவுவதுபோலச் சென்று பெற்றோரைக் கண்டு பேசி இதயத்துக்கு விருந்து பெற்றிடலாம் என்று புறப்பட்டாலோ, யாராவது ஒருவர் வந்துவிடுகிறார்கள் துணைக்கு என்று!!

ஜெமீன் மாளிகையிலே அவன் வந்து சேர்ந்து கிட்டத்தட்ட ஓராண்டு ஆயிற்று. ஐந்தாறு தடவைகள் மட்டுமே பெற்றோரைச் சில விநாடிகள் தனியே கண்டு பேச முடிந்தது.

ஒவ்வொரு நாளும் தன் அறை ஜன்னல் வழியாக ஏக்கத்துடன் பார்க்கிறான், அந்தக் குடிசையை அங்குக் கோவில் கொண்டிருக்கும் தெய்வத்தை, கண்ணீரால் அபிஷேக்கிறான் இருக்குமிடத்தில் இருந்தபடியே!

அப்பா மெல்ல, தள்ளாடித் தள்ளாடி நடந்து வருகிறார்.

“வேடிக்கைக்குச் சொல்லவில்லை அம்மா! எவ்வளவு திறமையாக மூடி மறைக்கப்பட்ட இரகசியத்தையும், ஒரு சிறிய கம்பளித் துண்டினாலே கண்டுபிடித்து விடலாம்; மந்தரம் போட்ட கம்பளித் துண்டு” என்று கோகிலா கூறிவிட்டு, சொக்கலிங்கத்தைக் கவனித்தாள்.

அவன் ஓர் இலேசான புன்னகையுடன் அவளை ஒருகணம் பார்த்துவிட்டு அந்த இடத்தைவிட்டு எழுந்து சென்று விட்டான்.

இரு மங்கையரும் ஒருவரை ஒருவர் பார்த்துக் கொண்டனர்; வெவ்வேறு விதமான எண்ணங்கள் அந்த இருவர் உள்ளங்களிலும் உலவின.

* * *

சில நாட்களுக்குப் பிறகு பேரிடி விழுந்தது, கோகிலா கட்டிய மனக்கோட்டையில்.

ஜெமீன்தாரர், பல ஆண்டுகளாக இருந்துவந்த மானேஜரை, நீக்கிவிட்டார்.

பல ஆண்டுகள் பணியாற்றியதற்காகச் சிறிதளவு பணம் கொடுத்தார்; வேலையிலிருந்து நீக்குவதனால் வந்த வேதனை மானேஜரை வாட்டிவிட்டது.

என் தெய்வம் இருக்கும் இடத்தைவிட்டு என்னைத் துரத்துகிறார்களே என்று தனக்குள் கூறிக்கொண்டு கோகிலா குமுறினாள்.

உமாவின் தயவைத் தேடி இந்த ஆபத்தைப் போக்கிக்கொள்ளலாம் என்று அங்குச் சென்றாள்.

“எல்லாம் உன் நன்மைக்காகத்தான் இந்த ஏற்பாடு. உன் அப்பா கெட்டிக்காரர். எந்த ஜெமீனிலும் வேலை கிடைத்துவிடும் பயப்படாதே. நீ இங்கே இருப்பது ஜெமீன்தாரர், போட்டிருக்கும் திட்டத்தைக் கெடுத்துவிடும் என்று பயந்துதான் உங்களை வெளியேற்றுகிறார்” என்றாள் உமா.

விவரம் கேட்டதற்கு, உமா கூறியேவிட்டாள், சொக்கலிங்கமும் நீயும் பார்த்துக்கொள்கிற பார்வை அப்பாவுக்குச் சந்தேகத்தை உண்டாக்கிவிட்டது என்று.

தான் அறிந்த உண்மையை அப்போது சொல்லிவிடவேண்டும் என்று கோகிலா துடியாய்த் துடித்தாள். யாரோ இருமும் சத்தம் கேட்டது. சொக்கலிங்கம் சற்றுத் தொலைவிலே இருந்துகொண்டு, அமைதியாக இரு! என்று ஜாடை காட்டுவதைக் கண்டாள்.

* * *

மானேஜர், தன் குடும்பத்துடன் ஜெமீன் கிராமத்தைவிட்டுப் புறப்பட்டுப் போக ஏற்பாடாகிவிட்டது. ஜெமீன்தாருடைய பெட்டிவண்டியே மானேஜர் இரயிலடி செல்லத் தரப்பட்டது. சிபாரிசுக் கடிதம்கூடக் கொடுத்திருக்கிறார் சீரானூர் ஜெமீனுக்கு என்று வேலையாட்கள் பேசிக் கொண்டனர்.

விடிந்ததும் சென்றாக வேண்டுமே என்ற கவலை குடையும் மனத்துடன், கடைசியாக ஜெமீன் தோட்டத்தைப் பார்த்துவிட்டு வருவதாகச் சொல்லிவிட்டுப் புறப்பட்டாள் கோகிலம்.

எப்படியாவது சொக்கலிங்கத்தைப் பார்த்துவிடலாம் என்ற ஆவல்தான் உண்மையான காரணம்.

சொக்கலிங்கமும் அதே மன நிலையில்! அவன் தோட்டத்தில் உலவிக்கொண்டிருந்தான். அவன் நெஞ்சத்தில் அவளைப் பற்றிய நினைவுதான்!

அவள் வரக்கண்டான்! தாவிச்சென்று அவள் கரங்களைப் பற்றிக்கொண்டு, தோட்டத்தின் கடைசிப் பகுதிக்கு அழைத்துச் சென்றான்.

* * *

காற்றடித்தது; பூக்கள் உதிர்ந்தன!

எங்கோ குயில் கூவிடும் இனிய நாதம் கேட்டது.

சொக்கலிங்கம், கோகிலாவின் கண்களைத் துடைத்தபடி, "திருமண வேளையில் கண்ணீர் பொழியலாமா?" என்று கேட்டான்.

"நமக்குத் திருமணா? உண்மையாகவா? ஏதாவது கனவா?" என்று தழுதழுத்த குரலில் கோகிலா கேட்டாள்.
தன் சட்டைப் பையில் வைத்திருந்த கம்பளித் துண்டை எடுத்துக்காட்டி, இந்தக் காதற் பரிசுமீது ஆணை! கோகிலம் நமக்குத் திருமணம் ஆகிவிட்டது" என்றான்.

அவன் பாதங்களைத் தொட்டுத் தன் கண்களிலே ஒற்றிக் கொண்டாள் கோகிலம்.

"திட்டம், பாதி அளவுதான் நிறைவேறியிருக்கிறது, கோகிலம்!" என்றான் சொக்கலிங்கம்.

"காலமெல்லாம் நான் உங்களுக்காகக் காத்திருப்பேன் என்றாள் கோகிலா.

அவன் அவளை அணைத்துக் கொண்டான். ஒரு புதிய இன்ப லோகத்திற்கு இருவரும் சென்றனர்.

குதிரைவண்டி உருண்டோடி வந்திடும் சத்தம் கேட்டது. இருவரும், நிலை உலகு திரும்பினர்.

* * *

வெள்ளைக்காரர்கள் கூட வியந்து பாராட்டும்படியான அறிவுத் தெளிவுடன் சொக்கலிங்கம் இருப்பது காணக் காண, ஜெமீன்தாரர் இப்படிப்பட்டவரைத் தமது மாளிகையிலே இருந்திடச் செய்வது ‘தமது ஜெமீனுக்கே தனிக் கௌரவம்’ என்று எண்ணி மகிழ்ந்தார்.

மகிழ்ச்சி அதிகமாக ஏற்படும்போதெல்லாம் ஜெமீன்தாரர், விசேஷ விருந்துக்கு ஏற்பாடு செய்வது வாடிக்கை. அந்த விருந்திலே விசேஷம் என்னவென்றால் குடும்பத்தார் தவிர வெளியார் யாரும் அதிலே கலந்துகொள்ள மாட்டார்கள்.

அத்தகைய விருந்தொன்று நடந்து கொண்டிருந்தது.

ஜெமீன்தாரர் மிக்க மகிழ்ச்சியாக இருந்தார்.

பல விஷயங்களைப் பற்றிச் சொக்கலிங்கத்திடம் பேசி மகிழ்ந்தார்.

மாடிக் கூடத்திலே நடைபெற்றுக் கொண்டிருந்தது விருந்து.

லலிதா, பலகணி வழியாக வெளிப்புறத்துக் காட்சிகளைப் பார்த்துக் கொண்டிருக்கையில், 'ஓ' வென்று அலறினார்கள். பதறினர் அனைவரும்.

சொக்கலிங்கம், லலிதா பார்த்த பக்கம் பார்த்தான் பயங்கரமான காட்சி தென்பட்டது.

லலிதாவின் மூன்றாவது குழந்தை – நாலு வயது நிரம்பாதவன் தத்திதத்தி நடந்து செல்கிறான், துணை யாரும் இல்லை.

எதிர்ப்புறமிருந்து புதிதாக வாங்கி வரப்பட்டிருந்த முரட்டுக் குதிரை தூசி கிளப்பிக்கொண்டு பாய்ந்தோடி வருகிறது.

எல்லோரும் அலறினர்; என்ன செய்வது என்று தெரியாமல்.

சொக்கலிங்கம் பலகணி வழியாக வெளியே தாவி, தண்ணீர்க் குழாயைப் பிடித்துக் கொண்டு 'பரபர'வெனக் கீழே, சருக்கு மரத்தில் இறங்குவதுபோல இறங்கி, கண்மூடிக் கண்திறப்பதற்குள் பாய்ந்தோடிச் சென்று குழந்தையைத் தூக்கிக் கொண்டு மற்றோர்புறம் பாய்ந்து விட்டான். குதிரை நாலுகால் பாய்ச்சலில் சென்றது.

குழந்தையை,அவ்வளவு துணிவுடனும், சாமர்த்தியத்துடனும் சொக்கலிங்கம் தூக்கிக் கொண்டிராது போயிருப்பின்...!

நினைக்கவே நடுக்கம் எல்லோருக்கும்.

ஆண்டவனே! அட என் கண்ணே ரமா! – என்று தாய்ப்பாசம் வழிய வழிய கூவிக்கொண்டே லலிதாம்பிகா சென்று குழந்தையைச் சொக்கலிங்கத்திடமிருந்து வாங்கிக் கொண்டு உச்சிமோந்து முத்தமிட்டார்கள்.

ஜெமீன்தாரரர் கட்டித் தழுவிக்கொண்டார் சொக்கலிங்கத்தை.

காளிங்கராயர், முதுகைத் தட்டிக் கொடுத்து, 'பலே!' என்றார்.

"ஏதாவது நேரிட்டு விட்டிருந்தால், என்ன செய்திருப்பேன் தெரியுமா, இந்த வேலைக்காரப் பயல்கள் அவ்வளவு பேரையும் சவுக்கால், அடித்திருப்பேன்" என்றார் ஜெமீன்தார்.

"சவுக்குத்தான் கேடு! சுட்டுத்தள்ளிவிடவேண்டும்" என்றார் காளிங்கராயர்.

குழந்தையைக் காப்பாற்றிய மிஸ்டர் லிங்கத்தைப் பாராட்டாமல், வீரம் பேசுகிறார்களா, வீரம் என்று கூறிவிட்டுத் தன் கணவரைச் சுட்டுவிடுவது போலப் பார்த்தாள் லலிதா.

உமாமகேஸ்வரி, கேலிப் புன்னகை செய்தாள்.

"சரி! சரி! நல்லதே நடக்கும் நல்லவர்களுக்கு. விருந்து நடக்கட்டும்; மறுபடியும் எல்லோருக்கும் அல்வா!" என்று உத்திரவிட்டார் ஜெமீன்தாரரர்.

வீரம் தீரம், ஆகியவை மேட்டுக்குடியினரிடம் மட்டுமே இருக்கும் என்ற அழுத்தமான நம்பிக்கை கொண்டவர் ஜெமீன்தாரரர்.

நல்ல குடியில் பிறந்தவர்கள் மட்டுமே, ஆபத்தைத் துச்சமென்று எண்ணுவார்கள் என்பதிலே அசைக்க முடியாத நம்பிக்கை கொண்டவர்.

ஏழைகள், பணமில்லாதவர்கள் மட்டுமல்ல, இப்படிப்பட்ட பண்புகளும் அவர்களிடம் கிடையாது என்பது அவர் கருத்து.

உயிர் காத்த உத்தமனாகச் சொக்கலிங்கம் இருப்பதற்குக் காரணம், அவன் உயர்குடியில் பிறந்தவன் என்பதுதான் என்ற தம்முடைய தத்துவத்தை விளக்க ஆரம்பித்தார் ஜெமீன்தாரர்.

"ஆயிரம் சொல்லுங்கள் – எல்லோரும் சமம் – அனைவரும் மனிதரே – மனிதர் யாவரும் கடவுளின் பிள்ளைகளே என்றெல்லாம் – பேதம் இருக்கத்தான் செய்கிறது."

"பணக்காரன் ஏழை என்ற பேதம்தானே..."

"அதை நான் பெரிதாகக் கருதவில்லை. பணம் தேடிக்கொள்ளலாம், இழந்தும் விடலாம்... நான் சொல்வது பண்பு... நல்ல குடியிலே பிறந்தவரின் பண்பு... மற்றவர்களுக்கு அந்தப் பண்பு இருப்பதில்லை!"

"ஆமாமாம்! நற்குடிப் பிறந்தவர்கள் என்பது பார்த்தாலே தெரிந்துவிடுமே..."

"பேச்சு – நடவடிக்கை – எல்லாவற்றிலும் அந்த முத்திரை விழுந்திருக்கும்..."

"இதோ மிஸ்டர் லிங்கத்தை எடுத்துக் கொள்ளுங்கள்..."

"இத்தனை பெரிய குழந்தையை எடுத்து வைத்துக் கொள்ள யாரால் முடியும்..."

“முடியும்... என் தாயாரால் முடியும்...”

“இதுதான் பண்பு! நற்குடி பிறந்தோர் மட்டுமே பெறக்கூடிய பண்பு. இதனை விலைகொடுத்து வாங்க முடியாது. கடலில் முத்து விளைவதுபோல இது தன்னாலே விளைவது; நற்குடி என்ற வயலில்.”

“அப்பா இன்று கவிதா நடையில் அல்லவா பேசுகிறார்...”

“களிப்பு மிகுந்திடும்போது கவிதை தன்னாலே சுரக்குமாமே...”

“என் பேரப்பிள்ளை குதிரையின் காலின் கீழ் சிக்கிக் கொள்ளாமல் மிஸ்டர் லிங்கம் காப்பாற்றினாரே, அது அவருடைய ஆற்றலை, தைரியத்தைக் காட்டிற்று என்றுதான் எல்லோரும் பாராட்டுவர். நான் சொல்கிறேன், குழந்தைக்கு ஆபத்து என்பது தெரிந்த உடன் காப்பாற்றியாக வேண்டும் என்ற உணர்வு வந்ததே, அது பண்பு – அதைத்தான் நான் போற்றுகிறேன். அந்தப் பண்பு நற்குடி பிறந்ததால் வருவது. முரட்டுக் குதிரைகளை அடக்க வலிவுள்ள எந்த வேலைக்கார னாலும் முடியும். சடையன் அடக்காத குதிரையா! ஆனால், அது வலிவைக் காட்டுகிறது. உணர்வை அல்ல. உடனே ஓடிச் சென்று காப்பாற்ற வேண்டும் என்ற உணர்வு எல்லோருக்கும் வருவதில்லை; இருப்பதில்லை. மிஸ்டர் லிங்கம் பண்பாளர்; நற்குடி பிறந்தவர். எப்போது கேட்டாலும் சொல்ல மறுக்கிறார் தமது பெற்றோர் யார் என்பதை. அவர் சொல்லத் தேவையே இல்லை. இன்றைய செயல் அவர் எப்படிப்பட்ட உயர்ந்த குடும்பத்தில் உதித்தவர் என்பதைக் காட்டிவிட்டது. இத்தகையவரை மகனாகப் பெற்ற தாய் வாழ்க! நீடூழி வாழ்க! அவளுக்கு என்னுடைய வணக்கம்!”

அப்போது வெளியே சென்று, வந்த காளிங்கராயர், “இடியட்! சுத்த முட்டாள்களை வேலைக்கு வைத்துக் கொண்டால் இப்படித்தான்...” என்று கூறுகிறார்.

“என்ன இது, ரசமான கட்டத்தில் வந்து கெடுக்கிறீர்... அப்பா எவ்வளவு உருக்கமாகப் பேசிக் கொண்டிருந்தார்...”

“பேசிக் கொண்டிருக்கட்டும் உருக்கமாக, சுவையாக... அவருடைய முட்டாள் வேலையாட்கள் குழந்தைகளைக் குதிரைக் காலின் கீழ் போடட்டும்...”

“சின்ன ஜெமீன்தாரரை ஏன் குதிரை மிதித்து வந்தது... விசாரித்தீர்களா...”

“யாரை விசாரிப்பது... குழந்தையைக் கவனித்துக் கொள்ளும் ஆயாவைக் கேட்டோம்... விளையாட்டுச் சாமான் கொண்டு வர உள்ளே போய் வருவதற்குள் இந்த விபரீதம் நடந்துவிட்டதாம்...”

“அவ்வளவுதான் சொன்னாளா அந்தக் கள்ளி. இதுகள் இந்த – வேலைக்காரக் கழுதைகள் ஒரே கூட்டு – ஒருவரை ஒருவர் காட்டிக் கொடுப்பதில்லை – ஒப்பந்தம், நடந்தது அது அல்ல. இந்த ஆயா உள்ளே போனாள்.. விளையாட்டுச் சாமான் கொண்டுவர அல்ல... புகையிலை எடுத்து வர...”

“புகையிலையா... யாருக்கு...”

“அப்படிக் கேளுங்கள்... அந்தக் கிழவி இருக்கிறாளே, வண்டிக்காரன் சம்சாரம் அவளுக்கு...”

“புகையிலை கேட்டால் என்ன, கொடுத்தால் என்ன, அதிலே என்ன குற்றம் காண்கிறீர்.”

“அதிலே குற்றம்காண நான் என்ன முட்டாளா? இவள் போனாளே புகையிலை கொண்டுவர, அப்போது குழந்தையைப் பார்த்துக் கொள்ளும்படி வண்டிக்காரக் கிழவியிடம் சொல்லிவிட்டுப் போனாள்...”

“ஜாக்கிரதையாகத்தான் ஆயா நடந்து கொண்டிருக்கிறாள்...”

“இவள்? குழந்தையைக் கவனித்துக் கொண்டிருக்க வேண்டும் அல்லவா? செய்தாளா? செய்திருந்தால், குழந்தை தத்தித்தத்தி நடந்து செல்லுமா – குதிரை வருவது தெரியாமல். இவள் என்ன செய்தாள்? குழந்தையை விட்டுவிட்டு இவளும் போய்விட்டாள். எங்கே? கேட்டேன். சுண்ணாம்பு எடுத்துவரச் சென்றாளாம்...”

“குழந்தையைக் கவனித்துக்கொள்ள வேண்டுமே என்ற பொறுப்புணர்ச்சி இருந்ததா? எப்படி இருக்கும்! நற்குடியில் மட்டுந்தானே அத்தகைய பண்பு இருக்க முடியும். கிழவியைப் பிறகு கவனித்துக் கொள்ளலாம். இப்போது மகிழ்ச்சியான நேரம். எங்கள் குலக்கொடியை இந்தக் குணவான் காப்பாற்றிய நேரம், அவருடைய நற்பண்புகளுக்காக நாம் எல்லோரும் அவருக்கு நம்முடைய பாராட்டுதலைத் தெரிவித்துக் கொள்ளும் நேரம்.”

“கம்பெனி பெரிய துரை வந்திருக்கிறார் தங்களைக் காண...”

“எல்லாச் சந்தோஷமும் ஒரே நேரத்தில் நேரத்தில் வருகிறது... நல்ல நாள் இன்று.... அழைத்து வா! வருக! வருக! நல்வரவு!

“விருந்தும் விழாவும் நடக்கும்போது வந்து சேர்ந்தேன்... அதிர்ஷ்டக்காரன்... யாருக்குப் பிறந்த நாள்...”

“பிறந்தநாள் விழா அல்ல... இதோ மிஸ்டர்... லிங்கம்... இவருக்குத்தான் பாராட்டு... இவர் உங்களிடம் எப்போதும் வாதாடுவார், மறுத்துப் பேசுவார் அதனாலேயே இவர் நல்லவர் அல்ல என்று எண்ணிக் கொள்ளக் கூடாது.”

“நான் அவரைப் பற்றி என்ன எண்ணிக் கொண்டிருக்கிறேன் என்பது கிடக்கட்டும். இவர் பாராட்டப்பட வேண்டி ஏற்பட்ட காரணம்?”

“இன்று என் பேரக்குழந்தை குதிரையின் காலின் கீழ்ச் சிக்கிக் கொள்ள இருந்தது. தக்க சமயத்தில் பாய்ந்து சென்று காப்பாற்றினார்...”

“அப்படியா! என் பாராட்டுதல்! மிஸ்டர் லிங்கம் எப்போதுமே பிறருக்கு உதவி செய்வதைத் தமது இயல்பாகக் கொண்டவர். அவருக்காக நடத்தப்படும் விழாவிலே கலந்து கொள்வதில் எனக்கும் மகிழ்ச்சி. ஒரு விதத்தில் எனக்கும் அவர் டீச்சர்! ஆமாம், இந்த அளவு தமிழ் நான் பேசுவது அவரால் தான்... அவர் என்னிடம் வாதாடுவார், நான் சொல்லுவதை மறுப்பார், கோபிப்பார், எல்லாம் சரி. அதனாலே எனக்கு மகிழ்ச்சி; கோபம் அல்ல. தலையாட்டிகள் வெறும் அடிமைகள். அவர்களை எந்த நாட்டிலும் மதிக்கமாட்டார்கள். இவர் உண்மைக்காக – தமக்குச் சரி என்று பட்ட உண்மைக்காகத் தைரியமாக வாதாடுவார். அதனாலேயே எனக்கு இவரிடம் தனியான மதிப்பு...”

“அப்பா! இப்போதுதான் என் மனம் சாந்தி அடைந்தது. பல தடவை சச்சரவு செய்வதுபோல வாதாடுவாரே, உங்கள் நாட்டு நடவடிக்கை, பழக்கவழக்கம் ஆகியவற்றைக்கூடக் கண்டிப்பாரே, எங்கே அவரிடம் உங்களுக்குக் கோபம் இருக்கிறதோ என்று பயந்து கொண்டிருந்தேன்.”

“கோபமா! எனக்கா! இப்படிப்பட்டவர்களைத்தான் நான் மதிப்பது. நான் இவரிடம் வைத்துள்ள மதிப்பைத் தெரிவித்து விட்டுப் போகவே வந்தேன். வந்த இடத்திலே விழாவும் நடக்கிறது. என் விழாப் பரிசாகவே ஒரு சந்தோஷச் செய்தியைத் தருகிறேன். நமது இலண்டன் கம்பெனியில் மிஸ்டர் லிங்கத்தை உதவி மானேஜராக நியமித்து உத்தரவு வந்திருக்கிறது...”

“இலண்டன் கம்பெனியிலா! மிஸ்டர் லிங்கம், என் வாழ்த்துக்கள்.”

“எமது மகிழ்ச்சியைத் தெரிவித்துக் கொள்கிறோம்.”

“நன்றி மிஸ்டர் நார்மன், மிக்க நன்றி... அங்குச் செல்வது என் ஆராய்ச்சித் துறைக்குப் பயன்படும்.”

“மற்றோர் மகிழ்ச்சியான செய்தி! மிஸ்டர் நார்மன்! என் இளையமகள் உமாவை மிஸ்டர் லிங்கத்துக்குத் தர விரும்புகிறேன் என்பதைத் தெரிவித்துக் கொள்கிறேன்.”

“இது உண்மையான விழாப் பரிசு! என்ன மிஸ்டர் லிங்கம்! மிஸ். உமா! சம்மதந்தானே! கேட்பானேன், கண்களே கீதம் பாடுகின்றனவே.”

அப்போது, தோட்டத்துப் பக்கமிருந்து துப்பாக்கி வேட்டுச் சத்தமும் கதறிடும் ஒலியும் கேட்கிறது.

எல்லோரும் பதறிப்போய், கீழே ஓடினார்கள்; சத்தம் வந்த திக்குநோக்கி.

பகுதி: 4

குடிசைக்குப் பக்கத்தில் சடையப்பன் வீழ்ந்து கிடந்தான், இரத்த வெள்ளத்தில்.

எதிரே, துப்பாக்கியுடன் காளிங்கராயர் ஆவேசம் வந்தவர்போல் நின்று கொண்டிருந்தார்.

ஜெமீன்தாரர், நார்மன் துரையிடம் பேசிக்கொண்டிருந்தபோது; காளிங்கராயர் கீழே வந்திருக்கிறார், யாரும் அதனைக் கவனிக்கவில்லை.

கீழே சடையப்பன் இரத்தவெள்ளத்தில் வீழ்ந்து கிடப்பதைக் கண்டதும், சொக்கலிங்கம் அலறினான்; துடித்தான்; அவர்மேல் விழுந்து புரண்டு புரண்டு அழுதான்.

காரணம் தெரியாமல் மற்றவர்கள் திகைத்து நின்றனர்.

"அய்யய்போ! அநியாயம் நடந்துவிட்டதே... யார் செய்த அக்கிரமம் இது."

"யார் செய்தது என்று கேள்... அக்கிரமம் என்று சொல்லாதே..."

"கொலை செய்துவிட்டிருக்கிறாய்."

"இன்னும் உயிர் போகவில்லை – சாகடிக்கத்தான் சுட்டேன்... ஏன் தெரியுமா... இந்தக் கிழவன், உன்னைப் பற்றி இழிவாகப் பேசினான்... நீ... சொல்ல எனக்குக் கூச்சமாக இருக்கிறது... குழந்தையைக் கவனிக்காமல் இருந்ததற்காக அந்தக்

கிழவியை இரண்டு தட்டு தட்டினேன்; பாய்ந்து வந்தான் கிழவன் என்மீது; அடித்து விரட்டினேன்; இந்தத் துப்பாக்கியைத் தூக்கிக் கொண்டுவந்தான் என்னைக் கொல்ல; இங்குக் காவல் காத்துக் கிடக்கும் நாய்''

மாமா சொல்வது சரி. இதுகளுக்கு இப்படிப்பட்ட இழிவான போக்குதான் இருக்கும். "துப்பாக்கியைப் பறித்துக் கொண்டேன், சுட்டேன்; சுருண்டு விழுந்தான்; செத்தான் என்று நினைத்தேன்; கிழட்டுப்பயல் கூவினான், கூப்பிடு! கூப்பிடு! என்று. யாரை? என்று கேட்கிறேன்... என் மகனை! என் மகனை! என்கிறான். என்னடா உளறல் என்கிறேன். நானா உளறுகிறேன்... உயிர்போகும் முன் உண்மையைக் கூறுகிறேன்... மாளிகையிலே இருக்கிறான் என் மகன்! எல்லோரும் பாராட்டும் அறிவாளன்! சொக்கலிங்கம்! என்கிறான்... சமையற்காரனையா சொல்லுகிறாய் என்று கேட்கிறேன், மிஸ்டர் லிங்கம், உங்களைத்தான் சொல்லுகிறேன்... நீங்கள் அவனுடைய மகனாம்! வண்டிக்காரன் மகனாம்...!!''

''ஆமடா ஆம்! நான் அவர் மகன்தான்! வண்டிக்காரன் மகனேதான் நான்! அவர் குடிசையிலே குமுறிக் கிடந்தார், நான் மாளிகையில் வாழ்வதற்காக. இன்னலையும் இழிவையும் ஏற்றுக்கொண்டார், நான் செல்வமும் சீரும் பெறவேண்டுமென்று. மிஸ்டர். நார்மன்! இவர் என் தகப்பனார்... வண்டிக்காரன் இந்த ஜெமீனில்! வாழ்ந்து கெட்டவர். நான் சிறு வயதிலேயே மாமனால் வளர்க்கப்பட்டு வந்தேன்... இங்கு வந்ததே இல்லை... மகனே! நாலு பேர் பார்த்து மதிக்கத்தக்க நிலை உனக்கு வரவேண்டும். அதற்கு இந்த ஜெமீனில் வாத்தியார் வேலையை ஏற்றுக்கொள். உனக்கு நிறைய சிபாரிசுகள் கிடைக்கும். பெரிய உத்தியோகம் கிடைக்கும். அதுவரையில் என் மகன் என்பது மட்டும் வெளியே தெரியக்கூடாது. வண்டிக்காரன் மகன் என்று தெரிந்தால், ஜெமீன் மாளிகையில் இடம் கிடைக்காது

என்றார்; எவ்வளவோ மன்றாடினேன்... கேட்கவில்லை... சத்தியம் செய்திடச் சொன்னார் தத்தளித்தேன்.. மாளிகையிலே எனக்கு விருந்து, மகிழ்ச்சி; என் தகப்பனார் இங்கு, குடிசையில், குதிரைக் கொட்டிலில். என் எதிரிலேயே ஏசுவார்கள் கேவலமாக, என் இரத்தம் கொதிக்கும், கண்ணீர் கொப்புளிக்கும், அப்போதும் என்னை அந்த உத்தமர் பார்த்துத் தலை அசைப்பார்.

என்னைக் கட்டிப்போட்டு விட்டார்! சீமான்களுடன் சீமாட்டிகளுடன் நான் சாரட்டில் சவாரி செய்வேன்; அவர்தான் வண்டியை ஓட்டிக்கொண்டு வருவார்! வண்டியின் வெல்வெட்டு மெத்தை என்னை முள்ளாய்க் குத்தும்... சிறிதளவு குளிர்காற்று வீசினாலும், எங்கள் உடலுக்குக் கம்பளிச் சட்டை – போர்வை! பனி பெய்யும், அவர் எங்களை ஏற்றிக்கொண்டு வண்டியை ஓட்டிச் செல்வார். எல்லாம் எனக்கு இந்தச் சமூகத்தில் ஒரு புதிய அந்தஸ்து தேடித் தர... அம்மா! அம்மா!...''

''கிழவியைப் போலீஸ் கொட்டடிக்கு அனுப்பிவிட்டேன்... திருடினாள்.... பத்துப் படி கொள்... சாட்சி இருக்கிறது...''

''மிஸ்டர். நார்மன், எனக்கு வேண்டும்; இந்தத் தண்டனையும் வேண்டும் இதற்கு மேலும் வேண்டும். மாளிகையிலே ஒரு போலி வாழ்க்கை எனக்கு. அப்பா சுட்டுத் தள்ளப்பட்டிருக்கிறார். அம்மா மீது திருட்டுக் குற்றம்...''

''உன் மீது மோசடிக் குற்றம்... ஆமாம்! இவ்வளவு நாள் உன் குடும்ப உண்மையை மறைத்து ஜெமீன் குடும்பத்துடன் உறவாடிய மோசடி.''

“மிஸ்டர் லிங்கம்! மிஸ்டர் ஜெமீன்தார்! முதலில் ஆஸ்பத்திரிக்கு எடுத்துச் செல்ல ஏற்பாடு செய்யப்பட வேண்டும்... மற்றவை பிறகு... கிளம்புங்கள்...”

* * *

சடையப்பனைக் காப்பாற்ற முடியவில்லை, எத்தனை உயர்தரமான மருத்துவர்களாலும்.

மகனைப் பெரிய உத்தியோகத்தில் பார்க்கவேண்டும் என்ற ஆசை ததும்பிக் கொண்டிருந்த இதயம், பேசுவதை நிறுத்திக் கொண்டது.

செய்ய வேண்டியது யாவும் செய்துவிட்டேன். சென்று வருகிறேன் என்று கூறுவது போலிருந்தது சடையப்பனின் முகத்தோற்றம்.

போலீசிலிருந்து விடுவிக்கப்பட்ட தன் தாயின் காலின் கீழ் விழுந்து கதறினான் சொக்கலிங்கம்.

வண்டிக்காரன் மகன்!

சடையன் மகன்!

பெரிய குடும்பம்! அந்தஸ்தான இடம் என்று எண்ணிக் கிடந்தோமே, நம்ம வண்டிக்காரன் மகன்!

அப்பனும் மகனுமாகச் சேர்ந்து நம்மை மடையர்களாக்கி விட்டார்களே...

ஜெமீன் குடும்பத்துக்கே இழிவு உண்டாக்கிவிட்டானே...

உமாவையே கொடுக்க இருந்தேனே...

முட்டாள்!

இவ்விதமான பேச்சுதான் முதலிலே ஜெமீன் மாளிகையிலே கிளம்பிற்று.

ஊர் கொதித்தது. மகனுக்கு அந்தஸ்து தேடிக் கொடுக்க வேதனைத் தீயிலே வீழ்ந்த உத்தமன் சடையப்பன் என்று ஏழையர் உலகம் போற்றிற்று.

போலீஸ், காளிங்கராயரைத் தேடிக்கொண்டிருந்தது.

சொக்கலிங்கம் அதிர்ச்சி தாங்காமல் படுத்த படுக்கையாகக் கிடந்தான்.

நீதியை நிலைநாட்டியாக வேண்டும் என்று நார்மன் வேலை செய்து வந்தார்.

காளியங்கராயர் பிடிபட்டார்; வழக்குத் தொடரப்பட்டது.

அச்சம் பிடித்துத் தின்னத் தொடங்கிற்று ஜெமீன்தாரரை.

நார்மனை நாடினார், காளிங்கராயரை மீட்பதற்காக.

"பிடிவாதம் வேண்டாம் மிஸ்டர். நார்மன்! பிடிவாதம் கூடாது. கெஞ்சிக் கேட்டுக் கொள்கிறேன்."

"நான் எந்த உதவியும் செய்ய முடியாது. நடந்ததை அப்படியே கோர்ட்டில் சொல்லத்தான் போகிறேன்... நம்முடைய வியாபாரத் தொடர்பு இருந்தாலும் சரி... அறுந்தாலும் சரி...

* * *

"மிஸ்டர் நார்மன்! ஆத்திரத்தில் நடந்துவிட்டது... எப்படியாவது..."

"நடந்திருப்பது கொலை, மிஸ்டர் ஜெமீன்தார்... நான் எப்படி உடந்தையாக இருக்கமுடியும்... வண்டிக்காரனும் மனிதன் மிஸ்டர் ஜெமீன்தார், மனிதன்!"

"நீங்கள் மனது வைத்தால், என்மருமகன் தப்பலாம்... சாட்சிகளைத் தடுத்துவிட முடியும்."

"முடியும் ஜெமீன்தார்! முடியும், நான் அந்த நேரத்தில் அங்கு வராமலிருந்தால் பிணத்தையே மறைத்துவிட்டிருக்கவும் முடியும். ஆனால் என்னால் உண்மையை மறைக்க முடியாது."

"பூர்வீகமானது எங்கள் ஜெமீன், இப்போதே கேவலமாகப் பேச ஆரம்பித்து விட்டார்கள். மருமகனுக்கும் ஏதாவது கோர்ட்டிலே கிடைத்துவிட்டால் இழிவு எந்தக் காலத்திலும் போகாது மிஸ்டர் நார்மன். இருபது வருட சினேகிதம் நமக்குள்..."

"இருபது வருட வியாபாரத் தொடர்பு! மிஸ்டர் ஜெமீன்தார்! சமுதாயத்தில் உள்ள போலி அந்தஸ்து உணர்ச்சியை வளர்க்கக் கூடாத – அது எந்த நாட்டில் இருந்தாலும்... லிங்கம் சொல்வது முற்றிலும் சரி, எங்கள் நாட்டிலேயும் இருக்கிறது.

இப்படிப்பட்ட உணர்ச்சி எங்கே இருந்தாலும், பாம்பு பாம்புதானே.''

* * *

காளிங்கராயரை விடுவிக்க ஜெமீன்தாரர் இலட்ச ரூபாய் வரையில் செலவிட்டுப் பார்த்தார்; பிரபலமான வழக்கறிஞர்கள் வாதிட்டுப் பார்த்தார்கள். பலிக்கவில்லை. அயுள் தண்டனை விதிக்கப்பட்டது.

சோகமே உருவான நிலைபெற்றார் ஜெமீன்தாரர்.

என்ன செல்வம் இருந்து என்ன பயன் மருமகனைக் காப்பாற்ற முடியவில்லையே! ஜெமீன் குடும்பத்துக்கு இழிவு ஏற்பட்டுவிட்டதே, இந்த இழிவு எப்படி நீங்கும் என்று எண்ணி, சீமைக்குச் சென்று பார்ப்பது என்று முடிவு செய்து, ஜெமீன் நிலத்தை விற்றுப் பணம் திரட்டிக்கொண்டிருந்தார்.

அதிர்ச்சியால் தாக்கப்பட்டு படுத்த படுக்கையாகக் கிடந்த சொக்கலிங்கம், மெல்ல மெல்ல நலமடைந்தார்.

நார்மன் ஏற்பாடு செய்து கொடுத்திருந்த விடுதியில், தன் தாயாருடன் தங்கி இருந்தான்.

பல ஆண்டுகளாக 'அம்மா! அம்மா!' என்ற அந்த அன்பு மொழியைச் சொல்ல வாய்ப்புப் பெறாதிருந்த குறையைப் போக்கிக்கெள்பவன்போல, விநாடிக்கு விநாடி! 'அம்மா! அம்மா!' என்று அழைத்து, நான் பாவி அம்மா! 'நான் பாதகன் அம்மா!' காளிங்கராயர் அல்ல அம்மா அப்பாவைச் சாகடித்தது, என் சுயநலம் – என் மடமை – என் கபட நாடகம்,

அம்மா! எனக்கு உய்வு உண்டா! நான் மனிதன்தானா!' என்று கூறிக் குமுறிக் கிடந்தான்.

நார்மன் அவனுக்கு ஆறுதல் கூறிட வந்தார்.

வெவ்வேறு இனம் – ஓர் இனம் ஆளும் இனமாகவும் மற்றோர் இனம் அடிமைப்படுத்தப்பட்ட இனமாகவும் இருந்திடினும், இருவரும் நல்ல இதயம் படைத்தவர்கள் என்பதாலே அவர்களின் நட்பு, நேர்த்திமிக்கதாக இருந்தது. நார்மன், எப்படியும் சொக்கலிங்கத்தின் மனம் உடையக்கூடாது என்பதற்காக அன்புமொழி வழங்கலானார்.

"மிஸ்டர் லிங்கம்! ஏதேதோ நடைபெற்று விட்டிருந்தாலும், எங்கள் கம்பெனி முடிவு மாறவில்லை. அந்த வேலை உமக்காகக் காத்துக்கொண்டிருக்கிறது."

"நன்றி மிஸ்டர். நார்மன்! ஆனால் நான் என் முடிவை மாற்றிக் கொண்டேன். என்னதான் அப்பா வற்புறுத்தினாலும் நான் அந்தக் கபட நாடகம் ஆட ஒத்துக் கொண்டிருக்கக் கூடாது. என்னுடைய உள்ளத்தின் அடிவாரத்தில் சுயநலம், சுகபோகம், ஆகியவற்றிலே ஆசை இருந்ததால்தான், நான் அந்த ஏற்பாட்டுக்கு ஒத்துக்கொண்டேன். நானும் ஒரு விதத்தில் குற்றவாளிதான்! அப்பாவைச் சாகடித்தது, துப்பாக்கிக் குண்டு அல்ல. என் மடமை – சமூகத்திலே கப்பிக் கொண்டுள்ள குருட்டு அறிவு! – இந்த மடமையும் குருட்டுத்தனமும் ஒழியவேண்டும்.. ஒழிக்கப்படவேண்டும்... அதற்கு நான் இருக்க வேண்டிய இடம் இலண்டன் அல்ல; இங்கு; என் நாட்டில்; தாய் நாட்டில்! என் நாட்டு மக்களிடம் ஜாதி குலம் சமயம் செல்வம் என்பவற்றின் பேரால் இரும்புப் பிடியாக இந்துவரும் மடமையைத் தொலைத்திட நான் பணியாற்றத் தீர்மானித்துவிட்டேன்... மன்னிக்கவேண்டும்..."

“மன்னிப்பதா! மகிழ்ச்சி அடைகிறேன்! பெருமைப்படுகிறேன்! பணம் பதவி இவற்றினைத் துறந்திடத் துணியும் உன் பண்பினைப் பாராட்டுகிறேன்...”

“பணம் பதவி ஆகியவற்றிலே எனக்கு இருந்து வந்த ஆசைதானே, அப்பா சொன்ன திட்டத்துக்கு என்னை உடன்பட வைத்தது. உணருகிறேன்... திருந்துகிறேன்...”

“ஜெமீன்தாரர் வழக்கு சீமைக்குப் போகிறது...”

“எங்கே போனால் என்ன! வழக்கின் முடிவு எதுவானால் என்ன! நான் செய்த குற்றத்துக்கான தண்டனையை நான் அனுபவித்து விட்டேன். ‘வண்டிக்காரன் மகன்’ என்றாலும் வாழ முடியும் – பளபளப்பும் போலி மரியாதையும் கிடைக்காமலிருக்கலாம் – நாணயமாக வாழ முடியும் இந்தப் பரந்த உலகத்தில் என்ற சாதாரண உண்மையை உணர முடியாதிருந்தேன். பாடம் படித்துக் கொண்டேன்; யாரும் கொடுத்திராத கட்டணம் செலுத்தி... என் தகப்பனாரின் உயிரைக் கொடுத்தது.

பக்கத்திலே கோகிலா வந்து நின்றாள்.

“என் துணைவியார்!” என்று பெருமிதத்துடன் சொக்கலிங்கம் கூறினான்.

(காஞ்சி - 1966)

★★★

9 788198 815958